மௌனத்தின் கீதம்

ஒரு கவிதாயினின் ஆன்மீகப் பயணம்

Song of Silence

a poet's inner journey

மௌனத்தின் கீதம்

ஒரு கவிதாயினின் ஆன்மீகப் பயணம்

Song of Silence

a poet's inner journey

சங்கீதா குப்தா
Sangeeta Gupta

மொழியாக்கம்

முனைவர் பாரதி சீனிவாசன்

Translation
Dr. Barathi Srinivasan

Prithvi Fine Art and Cultural Centre,
New Delhi
A1/232, Safdarjung Enclave, New
Delhi-110029

Copyright © 2020 Sangeeta Gupta.

ISBN : 978-81-950284-3-6

Song Of Silence
Poems by Sangeeta Gupta
Translation by
Dr. Barathi Srinivasan

Paperback edition 1 : 2020

Cover Painting : Sangeeta Gupta

Price : ₹ 200.00

Printer:
Colour Bussiness Centre
75, Jain Mandir Marg, Sector-4, Gole
Market, New Delhi-110001

அமைதியைத்தேடியலையும்
போராளிகளுக்காக

*For rebels in search
of silence*

பொருளடக்கம்
CONTENTS

நாம் ஒன்றாயிருக்கும் மாயம்
Sheer magic of our togetherness

நாளும் உன்னைப் போன்றே கணிக்க
முடியாதது
Day as unpredictable as you

மற்றவர்களால் சூழப்பட்டு
Surrounded by others

ஆரஞ்சுவண்ண ரோஜாக்கள்
Orange roses

எப்படி உனது சொந்த, உனக்கே
உனக்கான
How your own, your very own

நீண்ட காத்திருப்பு முடிவடைந்தது
The long wait has come to an end

நிறைய நடக்கக் காத்திருக்கிறேன்
Waiting for a lot to happen

நான் உன்னுடன் இருந்தேன்
I was with you

நான் அகன்ற விழிகளுடன்
Me wide eyed

துக்கத்தை சமாளிக்க
To deal with grief

நான் எப்படியோ ஓடிவிட்டேன்
I have managed to run away

அலையும் ஆன்மாவிற்கு
அமைதியில்லை
Restless soul had no solace

நீ அர்த்தத்தை அளிக்கிறாய்
You give meaning

இயல்பாக வந்தது நகைப்பு
Laughter came naturally

கிடைத்தது
Found

வார்த்தைகள் காயப்படுத்தினால்
If words hurt

ஒரு மயக்கும் காட்சி
One, mesmerized still

அழகாய் அமர்ந்திருக்கும் ஊதா
வண்ண ஆர்கிட்டுகள்
Violet orchid sitting pretty

நான் எட்டிப்பார்க்கிறேன்
I peep out of

காண்ணாடியில் என்னைக் கண்டேன்
Saw myself in the mirror

ஒருவர் ஏங்குவது
One craves for

படைப்பு நோக்கங்கள் இருப்பினும்
வேலை செய்
Work even creative pursuits were

வா ஜூலை, வா யமேழயைே
Come July, come rain

பரவுகிறது பருவநிலை
Weather spreading

பருவகாலத்தில் கோவா
Goa in monsoon

மாயாஜாலப் பருவகாலம்
Magical monsoon

காலம் சொல்லுமா என்று உறுதியாத்
தெரியவில்லை
Not sure whether time

அறியாமல்
Not knowing

மௌனம்
Silence

மௌனம் உனது
Silence is your

உனது உள்ளிருப்பு
Your inner being

சராசரி மனம், உறங்கும் மனம்
Mind is mundane, mind is sleep

சொல்லமுடியாத உண்மை
Truth neither can be spoken

காத்திருக்கக் கற்றுக்கொள்
Learn to wait

உனக்கு நீயே கொடுத்துக்கொள்
Give yourself

நீ விரும்பினால்
If you wish to

உண்மை எழுகின்றது
Truth arises

அன்பு ஒன்றே ஒரே சக்தி
Love is the only power

வாழ்க்கையும் அன்பும்
Life and Love are

கடவுளுக்கு
God is

சவால்
Challenge

இக்கணம் என்பது
This moment is

எங்கே கடந்தகாலம் இல்லையோ
Where there is no past

அறிந்துகொள்
Become aware

உன்னையே உருவாக்க முயற்சி செய்
Strive to create yourself

ஆன்மாவிற்கு காலமில்லை,
மூப்பில்லை
Soul is timeless, ageless

ஆன்மாவிற்குப் பாலினமில்லை
Soul has no gender

எலிப் பந்தயம் நடக்கிறது
Running the rat race

சூழப்பட்டு
Engulfed by

அறியப்படாதது
The unknown

இரு தனிமைத் தீவுகள்
Two islands of Loneliness

உன்னை இனி அடைய முடியும்
Can reach you

காதல் என்பது
Love is

வாழ்க்கையின் அத்தியாவசியச்
சவால்
Life's most momentous challenge

நேசம்
Love

முகவுரை

நினைவு என்பது மலர்; மொழி என்பது
மொட்டு, செயல் என்பது அதன் பின்னே
இருக்கும் கனி.
'மௌனத்தின் கீதம்' என்ற தலைப்பி லேயே
மனத்தையடக்கி மௌனத்தின் இசையில்
மூழ்கியிருப்பது போல 'அமைதியை தேடும்
போராளிக்கே' என்னும் சங்கீதா குப்தாவின்
முன்குறிப்பு என்னுள் கேள்விகள் மற்றும்
எண்ணங்களை எழுப்பியது. மௌனம்
என்பது' மனமற்ற நிலை" நிம்மதியான
பேரின்ப இசை," அனுபவித்து
அறியப்படவேண்டியது' என்றும் உறுதியாக
அவர் தனது கவிதையில் கூறுகிறார்.
அவரது கவிதைகளில் அமைந்துள்ள
தேடுதலில் ஏமாற்றம், அன்பு, உண்மை,
மகிழ்ச்சி, ஏற்றுக்கொள்ளுதல் போன்ற
உணர்ச்சிகள் நம் வாழ்க்கையிலும்
வருகின்ற பல்வேறு உணர்வுகளைக்
குறிக்கின்றன.
'.....இலையுதிர் காலத்தில் உனது
நினைவுகளென்னும் இலைகளை
மென்மையாக அள்ளி உனக்காக
இசைக்கிறேன் "(மௌனத்தின் கீதம்)"
இவ்வரிகளில் எத்தனை காட்சிகள் முன்
வருகிறது! | 'ஒரு தேர்வுமின்றி' என்ற
கவிதையில் 'ஆழ்ந்து நோக்கு
உள்ளுக்குள்ளே...' என்ற ஆன்மீகச்
சிந்தனையை வாழ்க்கைப் பாடம் மூலம்
கவிஞர் குறிப்பு அளிக்கிறார். இதே
போன்று மற்றொரு வரியில் 'நீ நீயாக இரு,
யாராக இருந்தாயோ, அப்படியே
இரு'என்கிறார். கடந்தகாலத்திலேயே

மூழ்கியிருந்தால் சோகம்
இருந்துகொண்டேதான் இருக்கும். அதை
ஏற்றுக்கொண்டால் 'கோபமும் இல்லை
தாபமும் இல்லை!" உருமாறிய நினைவுகள்'
ஏற்றுக்கொள்ள பக்குவத்தை கொடுக்கிறது
என்ற உண்மையை 'பிம்பத்தின்'
உதவியுடன் வெளிப்படுத்ததுகிறார்.
மொழிபெயர்ப்பாளர் பாரதி தன் புலமை
மற்றும் மொழிபெயர்ப்புத் திறமையை
சுருக்கமாகவும், கச்சிதமான சொற்களின்
மூலம் ஆழ்கடலில் முத்தை எடுப்பதைப்
போல் கவிதாயினிள்ன எண்ணங்களை
கடைந்து எடுத்திருக்கிறார். கவிதையிலுள்ள
உணர்ச்சிகளுக்கு உயிர் கொடுத்திருக்கிறார்.
இருவருக்கும் பாராட்டுக்கள்.
'புத்தி உள்ள மனிதரெல்லாம் வெற்றி
காண்பதில்லை ....' என்று கவியரசர்
பாடியது போல் கவிதாயினி தைரியமாக
கேள்வி எழுப்பபுகிறார்' வெற்றிக்கு
மாற்றாகுமா மகிழ்ச்சி?, 'வாழ்க்கை
பலவற்றை அளிக்க காத்திருக்கிறது 'என்று
சுக-துக்கத்தை ஏற்றுக்கொண்ட
மனநிலையுடன் சிந்தனையை
வெளியிடுகிறார்.
சுயசரிதை பகிர்ந்துகொள்ளும் முறையில்
இருப்பினும் - 'நாம் ஒன்றாயிருக்கும்
மாயம்" நிறைய நடக்கக் காத்திருக்கிறேன்,"
"நான் உன்னுடன் இருந்தேன்," ஆகிய
கவிதைகள் நாமே அச்சிந்தனையில்
மூழ்கியிருப்பது போன்ற உணர்வினை
ஏற்படுத்துகிறது. நாமும் மனதையும்,
ஆன்மாவையும் அன்றாட வாழ்விலோ,
படைப்பிலோ செலுத்த வாய்ப்புள்ளது.
மழை என்பது வளர்ச்சியைக் குறிக்கிறது
- வாழ்க்கை வட்டத்தில், தாவரங்கள் வளர
மழை தேவைப்படுகிறது. மழை உடல்

விஷயங்களை சுத்தப்படுத்தும். கவிகளுக்கு
மழை இன்பமூட்டும்! கவிதாயினி
மழையை உபயோகித்து கூறுகிறார்-
'வருணனுக்காக காத்திருக்கிறோம்
அவனுடைய ஆசிகளை பூமிக்கு அனுப்ப ....'
மற்றொரு இடத்தில் 'பசுமையின்
புத்துணர்ச்சியால்' ஆன்மாவைக்
'கிளர்ந்தெழச் செய்கிறது." "மாயாஜாலப்
பருவகாலம்" கடந்தகாலத் துயரங்களை
போக்கி புதுப்பொலிவுடன்,
புத்துணர்ச்சியுடன் வாழவைக்கிறது.'
இயற்கை மேல் காதல் கொண்டவர்கள்
கற்பனையின் விமானத்தில் ஏறுவது போல்
இருந்தாலும் உண்மையையே
வெளிப்படுகிறார்கள்.
'இருளை அறியாத ஒருவர் ஒளியை
அறிந்து ஆராதிக்கும் வாய்ப்பை இழப்பர்'
என்ற தத்துவத்தையும் அவர் கவிதையின்
மூலம் சுட்டிக்காட்டுகிறார்- 'வலி," துயரம்,"
ஏமாற்றம்" உன்னை வளப்படுத்தும்."
மனமற்ற அந்த நிலையில் திடீரென நீ
சந்திக்கிறாய் உனது இருப்பை"
இம்மௌனத்தில் உன்னுள் மலர்கிறது
தாமரை.' எத்தனை உண்மை
இந்தச்சொற்களிலே, இதைத்தானே
மறுபிறப்பு மற்றும் ஆன்மீக அறிவொளி
என்று சிந்தனைவாதிகள் கூறுகின்றார்கள்

கவிஞர். திருமதி. ஹேமா ரவி
29 செப்டம்பர், 2020
காரியதரிசி,
சென்னை கவி வட்டம், சென்னை

Preface

Sangeeta Gupta's poetry transports you to the edge of the cosmos where you stand amazed by the beauty of nature and the mutability of human beings. Song of Silence is a woman's dialogue with herself as she puzzles out the meaning of love and betrayal, laughter and suffering in the quotidian circumstances of our banal lives. Since the eternal questions will forever engage the mind and never find answers, Sangeeta says, "Give yourself/ The gift of silence."

Poetry is indeed the whispered outpourings of the troubled soul. Sangeeta's images and metaphors function at the level of the sublime but her feet are planted on the ground. Memory is a leitmotif in this collection of poems, and such that stirs both joy and sadness, recalling interludes of laughter and companionship even as the dark clouds of separation gather above. The intense yet transitory nature of desire, attraction and sexuality are precious, but the poet's wisdom also knows that the ecstasy will pass and finally, each person, is alone, in silence. No bitterness is allowed to sour the memories, instead a mature acceptance arises, "Each has a right/ to walk one's path/ as per one's own passion and need." It's always dangerous to read biography into poetry but given Sangeeta Gupta's extraordinary professional achievements in parallel with her prolific creative expressions, one can't help note that stretching the self into hyperactivity is a way of coping with life's vicissitudes. However, this is much more than biography. In today's world, such a protagonist is a prototype for the woman aspiring to success in an unequal society: Here are some beautiful lines:

Passion, wedded to creativity
bloomed, flowered.
Me perceived as a role model,
a super woman.
None saw nor did I realise
the hidden pain
in the burst of laughter
till I healed myself.

What is highly engaging is the mystic awareness in Sangeeta of an all-encompassing destiny that will only speak if one is silent and receptive to the message. Faith and meditation are its language, and flowers, lakes and mountains are its context. "Rediscover yourself in love", says the poet, and this leads far beyond ordinary human exchange.
In allowing the cosmic forces to flow through one's life-- with awareness yet detachment-- to savour every gift of the day, to remember with compassion, and to strive with dedication for a larger humanistic cause, these are the active principles of silence. Poetry of such tenor is not solipsistic, nor is silence a withdrawal. Sangeeta's poems tread the path of purposeful living, with discernment.
Professor Malashri Lal
11November2017Convener,
English Advisory Board, Sahitya Akademi.

மொழிபெயர்ப்பாளர் உரை

கவிஞர் சங்கீதா குப்தாவின் "சாங் ஆஃப் சயிலன்ஸ்" என்னும் ஆங்கிலக் கவிதைத் தொகுப்பினை தமிழில் மொழிபெயர்ப்பதில் பெருமகிழ்ச்சியடைகிறேன். சங்கீதா ஒரு பன்முகக் கவிஞர். இவரது கவிதைகள் மூல மொழி ஆங்கிலத்திலும் இத்தொகுப்பில் இடம்பெற்றிருப்பதால் மொழிபெயர்ப்புப் பாடம் பயிலும் மாணாக்கர்களுக்கும், தமிழ் மூலம் ஆங்கிலம் பயில விரும்புபவர்களுக்கும் இத்தொகுப்பு மிகவும் பயனுள்ளதாக இருக்கும்.

சங்கீதாவின் கவிதைகள் இயற்கையுடன் இயைந்து, கவிதைகளை வாசிப்பவர்களுக்கு உற்சாகமும், சாதிக்க வேண்டும் என்ற உத்வேகத்தையும் ஊட்டுகிறது. இன்றைய இளைய சமுகத்தனரிடையே காணப்படும் பல்வேறு சிந்தனைகளைத் தூண்டும் ஊற்றாகவும் இருக்கிறது. மேலும், இக்கவிதைகளை மற்றொரு கோணத்தில் நோக்கினால் ஆன்மீகச் சிந்தனைகள் மேலோங்கியிருப்பதைக் காணலாம்.

தமிழ், ஆங்கிலம் ஆகிய இரு மொழிகளிலும் வெளிடப்பட்டிருக்கும் சங்கீதாவிள் கவிதைகள் வாசகர்களின் சிந்தனையைத் தூண்டி, மனதுக்கு இதமளிக்கும் என்பதில் எள்ஆன்மத்தேடலில்ளவும் ஐயமில்லை.

இறுதியாக, இந்தக் கவிதைகளை மொழிபெயர்க்கும் வாய்ப்பினை எனக்களித்த கவிஞர் சங்கீதா குப்தாவிற்கும், இந்த கவிதைத் தொகுப்பிற்கு முகவுரை எழுதிய திருமதி ஹேமா ரவி அவர்களுக்கும் எனது மனமார்ந்த நன்றியினை தெரிவித்துக் கொள்கிறேன். மேலும் எனது கலைப்பணியினைத் தொடர ஊக்கமும் உற்சாகமும் அளிக்கும் எனது நலம் விரும்பிகளான திருமதி. பத்மஜா ஐயங்கார், பேராசிரியர், முனைவர் க. வ. டொமினிக், மற்றும் சக எழுத்தாளர்களுக்கும் எனது நன்றியினை தெரிவித்துக் கொள்கிறேன்.

முனைவர். பாரதி சீனிவாசன்
ஆங்கில உதவிப் பேராசிரியர்
ஸ்ரீநிவாச ராமானுஜன் மையம்
சாஸ்த்ரா நிகர்நிலை பல்கலைக்கழகம்
கும்பகோணம்.

மௌனத்தின் கீதம்

எனது மொத்த இருப்பும்
ஒரு மாபெரும் வெறுமை!
நேசத்தின் இலையுதிர் காலத்தில்,
உனது நினைவுகளென்னும்
இலைகளை
மென்மையாக அள்ளி உனக்காக
இசைக்கிறேன்
மௌனத்தின் கீதம்.
உனது நினைவுகளைத் தழுவி நான்
வெறுமையை உனக்குள்ளே ஊற்றி
எனது மொத்த இருப்பையும்
உன்னுள்ளே கரைக்கிறேன்.
ஆனாலும் காலியாகவே இருக்கிறது
இந்த நேசத்தின் காலத்தில்.

Song of Silence

My whole being
a vast expanse of emptiness!
In the autumn of love,
I softly pick up
the leaves of your memories.
and sing for you
the song of silence.
I hug your thoughts
and pour my emptiness into you,
dissolve my core existence into your being.
and yet remain empty
in this season of love.

ஒரு தேர்வுமின்றி

ஒரு தேர்வுமின்றி
கையாலாகாத ஒரு பார்வையாளராய்,
உள்ளே உதிரம் வடிகிறது,
ஆயிரம் முறை மடிந்து
காலத்திடம் கெஞ்சுகிறேன்
குணமடைய.
நேசமும் வெறுப்பும்
ஒன்றாக ருமித்தசாட்சிகளாய்
உண்மையிலேயே இது மாயைதான்.
மிக அற்புதமான செயல் மாயை
எவரேனும் நேசத்தை
தனக்கு வெளியே கண்டுகொண்டால்
அது தோல்வியுறும்.
ஆழந்து நோக்கு
உனக்குள்ளே,
அது அங்கேயிருக்கும்.

Without a choice

Without a choice,
a helpless spectator,
bleeds inside,
dies a thousand death,
pleads time to heal.
Witnesses
love and hate
as one and the same.
Illusion indeed,
Maya's most magnificent act.
Whenever one looks for
and finds love
outside of oneself
it is bound to fail.
Return to oneself
look deep within
it is there.

மற்றெல்லா உயிரிகளைப் போல்

மற்றெல்லா உயிரிகளைப் போலத்தான்
நீயும் பிறந்தாய், சுதந்திரமாக.
உனது வாழ்கையை வாழ,
தேர்வு செய்ய, முடிவெடுக்க.

நீ தேர்வு செய்யாமல்
உனது சுதந்திரத்தை விட்டுவிட்டு
மௌனமாய் துன்பத்தை
அனுபவித்தாய்.

வாழ்வென்னும் பரிசினை அனுபவி
விழித்தெழு, உன்னை
வலுப்படுத்திக்கொள், தகர்த்தெறி,
நீ நீயாக இரு, யாராக இருந்தாயோ
அப்படியே இரு.

Oh like all beings

Oh like all beings
you were born,
with a free will.
To lead your life,
to choose, to decide.

You did not choose.
You gave away
your free will
and suffered in silence.

Enjoy your gift of life,
awake, arise and empower yourself.
Break free, be who you are, what you are.

ஆன்மத்தேடலில்

அறிந்தது அறியாததை சந்திக்கிறது -
மனம் மனதற்றதை சந்திக்கிறது.
நீ மேலே செல்
நினைவு,
கடந்தகாலம்,
எதிர்காலத்தைப் பற்றி
அறியாமல்
உனக்குத் தெரிந்த
அனைத்தையும் மறந்துவிடு.

ஆராய், பயணி
ஆழ்ந்து செல்
ஆனாலும் இப்போது இங்கே
உனது கரங்களுக்குள் வைத்துக்கொள்ள
மீண்டும் நீ
புதிதாய் பிறக்கிறாய்.

In soul search

In soul search ----
Known meets unknown.
Mind meets no-mind.
you go beyond,
beyond yourself,
memory,
past,
oblivious of future,
oblivious of all,
you have ever known.

Explore, traverse,
transcend.
and then you are born
anew, afresh yet again
to hold in your arms
Here and Now.

உருமாறிய நினைவுகள்

உருமாறிய நினைவுகள்
ஒரு ஏரியாய் மாறியது
மிக அமைதியான
மிக நிலையான
ஒரு ஏரி.
நான் உனது கண்ணாடி பிம்பத்தைக்
காண்கிறேன்.
அனாலும் அதில்
சலனமில்லை, உணர்வில்லை
எதுவுமே இல்லை.
கோபமுமில்லை தாபமுமில்லை
என்னுடைய கடந்தகாலத்தை
நான் ஏற்றுக்கொள்ளகிறேன்
நம்மிடையே நடந்த
அழகான அருவெறுப்பான
அனைத்தையும் ஏற்று
அன்போடு வாழ்வில்
முன்னேறுகிறேன்.

Memories metamorphosed

Memories metamorphosed
turned into a lake.
A lake so
tranquil, so still.
I see your mirror image
yet there is
no reaction, no feeling
no nothing.
Neither angst nor anger.
I accept my past,
accept all that
happened between us,
ugly and beautiful.
and move on,
with Love, with Life.

வெற்றிக்கு ...

வெற்றிக்கு மாற்றாகுமா
மகிழ்ச்சி?
வெற்றியை மகிழ்ச்சிக்கு
இணையாக்குகின்றனர் மக்கள்
தான் வெற்றியாளர் என்று
உணரும்பொழுது
ஒருவர் அந்த மகிழ்ச்சி ஒரு
மாயையென்று
விநோதமாய் உணர்கிறார்.
மிகவும் காலதாமதமாய் வருந்துகிறார்,
அந்த நாளை மீண்டும் துவங்க.
ஒருவர் முயல்வது மகிழ்ச்சிக்காக
நான் உனக்கு ஒன்று
சொல்லிக்கொள்கிறேன்
எப்பொழுதுமே காலம்தாழவில்லை.

Can success

Can success
substitute happiness?
 People,
equate success with happiness.
and when
one realises that one is successful
very strangely one also realises
that happiness is an illusion.
One regrets, it is too late
in the dayto restart again.
One's endeavour is to be happy.
Let me tell you
it is never too late.

நேசம் தன் உச்சத்தை வெறுப்பில் அடைகிறது

அன்பு தன் உச்சத்தை
வெறுப்பில் அடைகிறது
ஒருவர் சிந்திப்பது இது காமத்தின்
போர்வையிலோ என்று.
ஒருவர் மற்றவரைக் குறைகூற
மறைகிறது மாயத் தருணங்கள்
ஒருகாலத்தில் பேரின்பமாய் இருந்தது
இப்பொழுது சிம்மசொப்பனமாய்.
உணர்ச்சி நெருக்கடி, முடிவில்லா
வேதனை
ஒருவர் தப்பிக்கும் வழிதேட
ஒன்றுமே புலப்படவில்லை.
துன்பம், மேலும் துன்பம்
நாளுக்குநாள்
இரவிற்குப்பின் இரவு.
எது தவறாகிறது?
ஏன் நேசம் வெறுப்பில் முடிகிறது?
ஒன்றாய் வளரச் செய்த சத்தியங்கள்!
இருவரும் விலகிச் செல்ல
தொடர்பு சங்கடமான மௌனத்தில்
முடிவடைகிறது.
வேற்றுமைகளை முடிந் த்துவிட
ஒருவர் எடுத்த முயற்சிகள்
வீழ்ந்துவிட
ஒவ்வொரு சந்திப்பும் ஒரு பேரழிவாக
மாறுகிறது.
ஒருவர் காதலெனப்படும் முட்டுச்
சந்தில் இருக்கும்பொழுது
இறுதியாய் ஞானோதயம் பிறக்கிறது
சேதக் கட்டுப்பாடு
மிகுந்த சேதத்துக்கு வழிவகுக்கிறது.
பாழாகி அழிந்த பின் ஒருவரால்
எப்பொழுதும் முன்போல்
இருக்க முடிவதில்லை.

Love reaches its peak in hate

Love reaches its peak in hate,
one ponders
was it lust in guise.
One blames the other,
magical moments vanish
blissful once,
a nightmare now.
Emotional crisis,
endless agony
one looks for an escape route,
finds none.
Suffering,
more suffering
day after day,
night after night.
What goes wrong?
Why love culminates into hate!
Promise of growing together!
both drift apart
communication ends in uneasy silence
efforts to resolve differences
drag one down
every meeting turns into a disaster.
One is at the dead end of the
so called love
ultimate reality dawns upon you
damage control leads to more
damage, devastated, destroyed
one can never be the same.

வாழ்க்கை பலவற்றை அளிக்கக் காத்திருக்கிறது

வாழ்க்கை பலவற்றை அளிக்கக்
காத்திருக்கிறது
நான் மேலே செல்லவேண்டும்.
நண்பர்களுடனோ அல்லது
நண்பர்களின்றியோ
அனைவருக்கும் வெவ்வேறு காரணம்,
வெவ்வேறு நோக்கம், வழி, நேரத்தின்
உணர்வு.
தனது தேவைக்கும் ஆசைக்கும் ஏற்ப
ஒவ்வொருவருக்கும் உரிமையுண்டு
தனது பாதையில் நடந்து செல்ல
எனக்கும்கூட இருக்கிறது
தனியாய் இருக்கலாம்
ஆனால், மேலே செல்லவேண்டும்
வாழ்க்கை பலவற்றை அளிக்கக்
காத்திருக்கிறது.

Life has so much to offer

Life has so much to offer,
I have to move on.
with or without friends,
with the understanding
that everybody has a
different purpose,
different intent, sense of space and time.
Each has a right
to walk one's path
as per one's own passion and need.
I have mine too,
Alone may be
But have to move on,
life has so much to offer.

ஒரு திட்டமிடாத நாளில்

ஒரு திட்டமிடாத நாளில்
ஒன்றுமே செய்யாமல் இருப்பதுதான்
என் மனதில் மேலோங்கிய எண்ணம்.
இடம் மற்றும் காலத்துடன்
எளிதாய்ச் செல்ல முடிவெடுத்தேன்.

மனோரீதியாகவும்,எந்தவொரு
நிகழ்ச்சி நிரலும் இன்றி
ஓட்டத்துடன் சென்றேன்
நீண்டகாலமாய் தொடர்பின்றி இருந்த
ஒருவரை சந்தித்தேன்
வேடிக்கைக்காக கடைகடையாய்
ஏறியிறங்கினேன்.
சிறிதுநேரம் படித்தேன்
பின்னர் இறுதியாய் என்னால்
எனது எண்ணங்களை எழுத்தாய்
வடிக்க முடிந்தது.
வேலையோ அல்லது வெட்டியோ
எப்படி நான் நடிக்கிறேன்!
என் மனதின் ஆழத்தில்
உண்மை புதைந்திருக்கிறது
உன்னை நினைத்து நான்
ஏங்கவில்லையென .
நான் மனமின்றி
ஒத்துக்கொள்ளுகிறேன்
வாழ்க்கை உயிரற்றது
நீ இல்லையென்றால்.

On an unplanned day

On an unplanned day
doing nothing
was uppermost in my mind
decided to go easy
with time and space.

Neither mentally preoccupied,
nor any agenda on my platter.
Went with the flow,
met someone long disconnected,
shopped for the fun of it.
Read for a while
then finally could bring myself
to scribble my thoughts.

Preoccupied or idle,
how I pretend
Thatam not missing you.
In the depth of my soul
the truthsinks in
grudgingly I admit that
life is lifeless without you.

நாம் ஒன்றாயிருக்கும் மாயம்

நாம் ஒன்றாயிருக்கும் மாயம்
டோனா பௌலாவின்
மனநிலைக்குப் பொருந்தியது.
அவர்களது பேரார்வத்திற்கு நாம்
தலைவணங்கிய பொழுது
அவர்கள் நம்முடையயவற்றை
தலைவணங்க வந்தனர்.

நம்மை ஒரு நீண்ட இறுக்கமான
அணைப்புக்குள் இழுத்தது சமுத்திரம்,
பச்சையாய் நேசம்
அனைவர் முன்னே வெளிப்பட்டது.
பிரமிப்புடன் அசைவற்று நின்றோம்
அந்த அதீத மடத்தனத்திற்கு
அடிபணிந்தோம்
அவர்களது அன்பினை
அடையாளமாக ஏற்றுக்கொண்டோம்.

இவ்வுலகம் இதை
வழக்கத்திற்கு மாறெனக் கருதினாலும்
புரிந்துகொண்டு
மெய்யன்பை ஏற்கிறது இயற்கை.

Sheer magic of our togetherness

Sheer magic of our togetherness
matched the spirit of
Dona Paula.
While we saluted their spirit of passion
they came to salute ours.

Sea took us in a long, intense hug,
 raw passion revealed before all.
Awestruck, stood motionless
surrendered to sheer madness,
accepted their token of love.

Nature understands,
accepts true love,
though unconventional
 the mundane world may perceive.

நாளும் உன்னைப் போன்றே
கணிக்கமுடியாதது

நாளும் உன்னைப் போன்றே
கணிக்கமுடியாதது
நடந்தேறாத
பிற திட்டங்கள் இருந்தது
ஏமாற்றத்தைப் புறந்தள்ளி
நிலுவையிலுள்ள பணியில்
மூழ்கத் தீர்மானித்தேன்.
பலகாலமாகிவிட்டது அந்த
முழுமைபெறா ஆவணப்படத்தில்
நான் வேலைசெய்து.
தொகுப்பறையில் வேலைசெய்து
நிம்மதி கண்டேன்.
வேலை வாழ்வதற்கான ஆர்வத்தை
என்னுள் புதுப்பிக்கிறது.
அகம் நீங்கி
புறத்தே மகிழ்ச்சி இருப்பதை
உணர்ந்தேன்.
மகிழ்ச்சியைத் தேர்ந்தேடு
இது உன்னுடைய தேர்வு என்பதை
உணர்ந்துகொள்.

Day as unpredictable as you

Day as unpredictable as you
had other plans
which didn't take off
pushed disappointment aside
decided to plunge
in pending assignment,
It's been long since I worked on
the incomplete documentary.
Worked in editing studio and
found solace.
Work revives my passion for life.
Realised that happiness is within
independent of the outside.
Choose to be happy,
be aware that it is your choice.

மற்றவர்களால் சூழப்பட்டு

மற்றவர்களால் சூழப்பட்டு
ஒரு கணம்கூட
ஒருவருடையதாய் இல்லை
ஓ! எவ்வாறு ஒருவர் ஏங்குகிறார்
தனிமையான தருணத்திற்காக.
கள்ளத்தனமான பார்வைப் பரிமாற்றம்
கூறியது
கூறாமல் விட்ட பலவற்றை.
விரக்தியால் அவதிப்பட்டு
ஒன்றாயிருந்தாலும் தனியாய்
தாங்கவொண்ணா வேதனையை பகிரவும்
இயலாமல்.
நேசம் உன்னை வழிநடத்துகிறது
எங்கே ஒருவருக்கு தன் தலைவிதியைப்
பற்றித் தெரியாதோ
அந்த வரையறுக்காத, தெரியாத
நிலப்பரப்பிற்குள்.
நம்பிக்கையற்ற சூழலில் நம்பிக்கையாய்
அதன் நிச்சயமற்ற தன்மையை ஒருவர்
அறிவார்
அது கடந்த இரவாக இருக்கலாம்
அது கடந்த சிலநாட்களாகவோ
அல்லது சிலவரங்களாகவோ
யார் அறிவார்? யாருக்குக் கவலை?
அதனால் ஒவ்வொரு கணத்திலும்
வாழ்ந்துவிடு
நாளையென்பதே இல்லாதது போல.
உனது உலகம் மாறும்
என்னுடையதும் இதே போன்று
நிலையாக இருக்காது
வாழ்ந்தவை
என்றென்றும் போற்றத்தக்கதாய் இருக்கும்.

Surrounded by others

Surrounded by others,
not a moment of one's own.
Oh!   How one longs
* for a lone moment.*

Stolen glances said,
so much unsaid.
Suffered the desperation
of being together yet so alone,
unable to share
the unbearable agony.

Love leads you,
to a undefined, unknown terrain
where one does not know it's fate.
Hopeful in a hopeless situation.
One is aware of its uncertainty,
It may last a night,
it may last few days,
or few weeks,
who knows, who cares.
So live each moment
as if there is no tomorrow.

Your world will change,
mine would not remain
the same either.
What was lived,
would be cherished forever.

ஆரஞ்சு வண்ண ரோஜாக்கள்

ஆரஞ்சு வண்ண ரோஜாக்கள்
பற்றியெரிகிறது ஆசையில்
பேரார்வப் பிழம்புகள்
என்னருகே இருக்கும் ஏக்கத்துடன்.
தீவிரமாய் இருக்கும் நீ
எனக்கு அடிக்கடி
ஆரஞ்சு வண்ண ரோஜாவாய்
தோன்றுகிறாய்.
அவை தங்களது வெறித்தனமான
உணர்வினை
உன்னைப் போன்றே அடக்க முயன்று
அழகாய் அந்தப் பூஞ்சட்டியில்
அமர்ந்திருக்கின்றன.
ஒரு முறையேனும் என்னை
கள்ளத்தனமாய்ப் பார்
என்னை வியப்பிலாழ்த்து
ஓ! எப்படி அவை உன்னை எனக்கு
நினைவூட்டுகிறது!

Orange roses

Orange roses
burning with desire,
passionate flames,
longing to be by my side.

The fiery you,
often looks like
orange roses to me.

They sitting pretty,
nicely arranged in a vase.
Trying to control their emotions
as wild as yours.
Give me a stolen glance
and bemuse me.
Oh! How they remind me of you.

எப்படி உனது சொந்த, உனக்கே உனக்கான

எப்படி நீ! உன்னை நீயே
காயப்படுத்திக்கொண்டாய்,
உன்னையே கிழித்துவிட்டாய்
அவர்களது வார்த்தைகளில் வன்மம்
அவர்களது விழிகளில்
தொல்லைதரும் வெறுப்பு
ஊற்றெடுக்கிறது
அவர்களது தன்மையிலிருந்து வரும்
இது மரணத்தை விட இரணமானது
உனது தண்டுவடத்தை
சில்லிட வைக்கும்
திடீர் ஞானோதயம்,
ஆனால் நீ ஒருபொழுதும்
நேசிக்கப்படவில்லை
ஒவ்வொரு நாளும்
நீ வாழ்ந்துமடிந்தாய்
பல முறை
அந்த ஒருவரை மகிழ்விக்க.
வேறுவழியின்றி
நீங்கள் ஒன்றாக வைக்கப்படடீர்கள்.
ஓ! ஒருவரது பெரும்
தைரியத்திற்கும், தியாகத்திற்கும்
என்ன ஒரு பேரிழப்பு!
வாழ்கையின் ஒவ்வொரு
திருப்பத்திலும்
ஆச்சரியங்கள்.
கண்ணீர் உருண்டோடுவதில்லை
அவை திரும்ப
உனது ஆன்மாவை ஈரப்படுத்துகிறது.

How your own, your very own

How your own, your very own
hurt you, tear you apart.
 Violence in their words,
in their eyes,
cold,menacing hate
oozing from their persona
is more painful than death.

Sudden realisation,
send shivers through your spine ,
you were never loved by the person,
you lived for,
you died several deaths each day , to make
one happy,
lack of choice kept you together.
Oh what a colossal loss of
 one's stupendous courage, conviction,
life surprises at every turn,
tears don't roll,
they turn in
 and wet your soul.

நீண்ட காத்திருப்பு
முடிவடைந்தது

அந்த நீண்ட காத்திருப்பு
முடிவடைந்தது
மழை பொழிகின்றது
பதினேழாம் தளத்திலுள்ள எனது
அலுவலக சாளரத்தின் வழியே
மென்மையாக விழும் துளிகளை
பார்த்துக் கொண்டிருக்கிறேன்.
இது எனது ஆன்மாவை
எழுச்சியடையச் செய்கிறது.
இது அந்த ஒன்றுமறியா
குழந்தைப்பருவ நாட்களின்
அதே தூய்மையான
கலகலப்பைக் கொண்டுவருகிறது .
விழிகளில் மின்னுகிறது பருவமழை
நேசத்தின் வாசம்
எங்கும் பரவுகிறது.
அது ஒரு திங்கள் மதியம்
என்ற அக்கறை துளியுமின்றி
உற்சாக மனநிலையில்
அந்த நாளின் வேலை முடியும்வரை
காத்திருக்க முடியாது.
இயற்கையின் வள்ளன்மை
உனது வாயிற் கதவைத் தட்டுகிறது,
ஒருவர் ஏங்குவது எப்பொழுதோ
வாக்குறுதியளித்த
ஒரு கோப்பை காப்பியை உன்னுடன்
அருந்துவதற்கு.

The long wait has come to an end

The long wait has come to an end,
it's raining.
Just watching the soft drops
from my window
ofthe seventeenth floor office
elates my spirit.
It brings the same burst of laughter
pure, innocent
of childhood days.
The monsoon sparkles from the eyes,
fragrance of romance,
spreads across.
Without caring a bit that
it is a Monday afternoon,
spirited mood can hardly wait for
the day's work to be over.
Nature's bounty knocks your door,
one craves for the long promised
cup of coffee with you.

நிறைய நடக்கக்
காத்திருக்கிறேன்

எப்பொழுதும் காபிக்காக
தாகத்துடனும், பசியுடனும் இருக்கும்
இந்த நகரிலே
நீயும் நானும் சந்திக்கும்பொழுது
நிறைய நடக்கக் காத்திருக்கிறேன்.
முதல் தெளிப்பின் வாசனை
காபியில் கலந்தது
கடந்த வாரம்
நடந்த சிறு சண்டைகளுக்கு
உன்னை சிறிது மன்னிக்கும்
மிகவும் காயப்பட்டு துக்கத்துடன்
இருந்த நீ மன்னிக்க கூடியவனாய்
தெரியவில்லை.
உன்னை சிறப்பாக உணரவைக்க
நான் செய்த முயற்சிகள்
அத்தனையும் வீண்
புதிய தருணத்தில்வாழ
உனக்கு மனமில்லை.
என்னை மீட்க வருமா அந்த மழை?
உனது நெஞ்சை மென்மையாய் வருடி
உன்னை புன்னகைக்க வைக்குமா
அந்த ஈர மண்ணின் வாசம்?
எனக்காக இல்லாவிட்டாலும்
இந்த மழைக்காலத்தை வரவேற்க!

Waiting for a lot to happen

Waiting for a lot to happen,
when you and I meet
in this ever thirsty,
ever hungry city
for coffee.
The aroma of first splash,
mingled in the coffee,
will it make you a bit forgiving,
for those small fights of
the last week.
You terribly hurt, upset
seem so unforgiving,
my relentless efforts to make you
feel special,
gone in vain.
You unwilling to live the fresh
moment,
will the rain come to my rescue?
Will the fragrance of the moist soil
touch your heart softly,
make you smile,
if not for me, for greeting the
monsoon!

நான் உன்னுடன் இருந்தேன்

நான் உன்னுடன் இருந்தேன்
வார்த்தைகளோ மௌனமோ
ஒன்றுபோலில்லை.
நீ தொலைவாய்த் தெரிந்தாய்
நான் உன்னுடன் இருந்தேன்
அனாலும் அங்கே இல்லை.
ஆழ்ந்த வலி, தீவிரமாக
எங்கும் பரவியது.
காணாமற்போயிற்று
ஒன்றாயிருக்கும் அந்த மாயம்
அது நடக்கக் காத்திருந்தேன்
பிறகு கனத்த மனதுடன் சென்றேன்
அதற்காக முன்பைவிட
அதிகமாக ஏங்கி.

I was with you

I was with you,
neither words nor silence
was the same.
You seemed far away,
I was with you and
yet was not there.
Pain, deep,intense spread all over,
the magic of togetherness was missing,
Waited for that to happen.
Then left, with a heavy soul
craving for it
Morethan ever.

நான் அகன்ற விழிகளுடன்

நான் அகன்ற விழிகளுடன்
நள்ளிரவைக் கடந்த நேரத்தில்
தூக்கத்தைவிட
உனக்காக ஏங்கித் தவிக்கிறேன்.
உறைந்திருக்கும் ஏக்கம்,
ஆசை நினைவுகளைக்
கொண்டுவருகிறது மழை.
எனது எண்ணங்களால் மகிழ்ந்தேன்
பருவத்தின் முதல் மழை
எப்படி நேசிக்க வைக்கிறது உன்னை!
தனிமை வாழ்க்கை
ஒருதுளியும் என்னை
தொல்லை செய்ததில்லை.
நீயின்றி எவ்வளவு
உயிரற்றது. வாழ்க்கை
ஆனாலும் ஒருவர்
சவம்போல் வாழ்கிறார்.

Me wide eyed

Me wide eyed,
It's past mid night
craving for you
Morethan the sleep.

 Rains bring back memories,
longing and desire,all so frozen.
I am amused at my thoughts,
how utterly romantic,
first monsoon of the season
can make you!

Lonesome life,
didn't bother me a bit, ever.
You made me aware,
how lifeless lifewas
without you.
One lived but was not alive.

துக்கத்தை சமாளிக்க

துக்கத்தை, துரோகத்தை
நம்பிக்கைத் துரோகத்தை
சமாளிக்க,
நான் எனது மனதையும்
ஆன்மாவையும்
அன்றாட வாழ்விலோ,
படைப்புத் தொழிலிலோ
செலுத்துகிறேன்.
வேலை, மிதமிஞ்சிய வேலை
இன்னும் அதிகமாய்
இது உண்மையிலேயே உதவுகிறது.

உன்னை மிஞ்சிய ஒருவருக்காக
ஒருவர் கண்ணீர் சிந்துகிறார்.
நினைவுகள் ஆழமாய்
காயப்படுத்துகிறது.
உன்னக்கு நீயே
சுயமன்னிப்பு வழங்குவது
மிகவும் கடினமாய்த் தெரிகிறது!
ஆனால் இதுவே வாழ்க்கையின்
முடிவில்லை
நான் புத்துயிருடன் திரும்ப
என்னால் முடியுமென்று
எனக்குத் தெரியும்.

To deal with grief

To deal with grief,
betrayal,
breach of trust,
I pour my heart and soul
in work, creative or mundane.
Work and more work,
and some more
it really helps.

One Weeps for one,
who has outgrown you.
Memories
hurt deeply.
Forgiving
your own self seems
so difficult!
But this is not the end of life
I will revive and bounce back.
I know I can.

நான் எப்படியோ ஓடிவிட்டேன்

நான் எப்படியோ ஓடிவிட்டேன்
வெளிப்புற இரைச்சலிலிருந்து.
அனால் எவ்வாறு சமாளிப்பது
உள்ளிருக்கும் கொந்தளிப்பை?

நன்றாகக் கதறுவது
உதவுவதுபோல் தோன்றுகிறது.
போகட்டும் விடு,
தனியாய் நடந்துசெல்.
படைப்பை பற்றிய சிந்தையின்றி
நடந்துகொண்டேயிரு
அமைதியைத் தேடி,
இரக்கத்தைத் தேடி.
அண்டமே,
நான் கூறுவதைக் கேள்.
நெருக்கடியான சூழலிலும்
என்னை நானே நேசிக்க
எனக்கு உதவு.

I have managed to run away

I have managed to run away
from the outside noise.
But how do I deal with
turmoil inside.

Crying one's soul out
seems to be helping.
Need to let go,
walk alone.
keep walking,
clueless of the path,
seeking peace,
seeking compassion.

Universe
hear me out,
help me
to come to terms
with the crisis
and learn to love myself.

அலையும் ஆன்மாவிற்கு அமைதியில்லை

அலையும் மனதுக்கு ஆறுதலில்லை.
பழங்கனவுகள் அவ்வபோது எழுந்து
நன்கு விழித்திருக்கும்
நீண்ட காலங்களுக்கு இடையில்
நான் உறங்கும்பொழுது,
என்னைத் துரத்துகிறது.
அறியாத பாதையில்
முடிவின்றி நடந்து
நான் முழுமையாய் சோர்வுற்று
இல்லக்கிட்தை ஒருபோதும்
கண்டறிய முடியா
அந்த அபூர்வக் கனவு.
என் குழந்தைப் பருவத்திலிருந்தே
இந்தக் கனவு என்னை
வேட்டையாடுகிறது
மீண்டும் அதே கனவு இப்பொழுது.
இதுபோன்ற கனவில் நான்
ஒருபோதும் விடுவதில்லை
எனது இலக்கிற்கான தேடலை
காலைவரை நான் விடுவதில்லை .
நான் கண்விழிக்கும்பொழுது
இந்த வெட்டிப் பயணத்தால்
எதையோ இழந்த உணர்வு உள்ளே
ஊர்ந்துவருகிறது.
இந்தக் கனவு எனக்கு ஏன்
அவ்வப்போது வருகிறது என்று
எண்ணி வியக்கிறேன்.
நான் விரும்புவதெல்லாம் நிம்மதிதான்
இந்த பூமியை விட்டு அகலும்முன் .
இந்த வாழ்க்கையிலும்,
எனது கனவிலும்
ஒருமுறையேனும் எனது பாதையைக்
காண விழைகிறேன்.
வாழ்க்கையிலும் கனவிலும்கூட
இந்தத் தேடல் தொடர்கிறது ...

Restless soul had no solace

Restless soul had no solace,
wandering mind found no comfort.
Old dreams recur once in a while,
chaseme relentlessly when I sleep,
in between the long spells of being wide
awake.
The unusual dream of
wandering endlessly
on a path unknown,
where I exhaust myself completely
and can never find my place of destination
ever.
Since my childhood I am haunted by the
same dream
time and again.
In such a dream I never give up my search
of finding my destination,
till morning.
When I wake up,
am tired of the futile journey,
a sense of loss creeps in.
I wonder why I keep getting this dream time
and again.
All I wish for is solace,
before I leave this earth.
I want to find my way once
in this life and in my dream as well.
The search in life as well in the dream
goes on and on.......

நீ அர்த்தத்தை அளிக்கிறாய்

நீ அர்த்தத்தை அளிக்கிறாய்
எனது வார்த்தைகளுக்கு,
எனது கவிதைகளுக்கு,
நீதான் வாழ்வின் உந்துசக்தி.
நீ கடும் உழைப்பிற்குச்
சுவையூட்டுகிறாய்.
பலவருடம் துடிக்காமலிருந்த
என்னிதயத்தை
நீ உயிர்ப்பித்துவிட்டாய்.
என் தலையில்லுள்ள
வெள்ளிக் கம்பிகள்
கடந்துவிட்ட வாழ்வினைப்
பொருட்படுத்தாமல்
காதல் நிகழ
இத்தனைகாலக் காத்திருப்பு
மதிப்புமிகுந்ததே.

You give meaning

You give meaning
to my words,
to my poems,
you are the life force.
you add spice to drudgery.
My heart did not beat for years
you made mealive.
The silver in my hair does not
make me count life gone by
It says it was worth waiting
all these long years
for love to happen.

இயல்பாய் வந்தது நகைப்பு

பருவகாலப் பூந்தூறல் போல
இயல்பாகவே வந்தது நகைப்பு.
வார்த்தைகள், மௌனம்
இரண்டுமே புரிந்தது.
நாம் ஒருவரோடொருவர்இருப்பதையே
விரும்பினோம்
காலம் நம்மை
எப்பொழுதும் போல் அடிமைப்படுத்தியது
சமூக அழுத்தங்கள், குடும்ப
விதிமுறைகள்
அனைத்தும் அதன் கைவரிசையை
காட்டியது.
நேசம் சமரசமானது,
வாழ்க்கை இத்தருணங்களில்
நசுங்கி தனது சொந்த
கோபதாபத்தையும்
வலிகளையும் பிரதிபலிகிறது
நமது உடல் மொழிகளில்
எங்கள் வாயிலிருந்து
வெளிவந்தது விரக்தி
நாங்களின்றி, அதைப்பற்றி
அறிந்துகொண்டே
ஒருவரையொருவர்
காயப்படுத்துகிறோம்.
நேரமின்மையை எப்படி சமாளிப்பது
என்று அறியாமல்,
வாய்ப்புகளும் அண்மையில் இன்றி,
எங்களது சொந்த வழிகளிலே
நொந்துபோனோம்.
உண்மைதான்
நேசம் எப்பொழுதுமே
அதன் இரட்டையான
வலியுடன்தான் வருகிறது.

Laughter came naturally

Laughter came naturally
like rain in monsoons.
Words and silence
both were understood.
We so alike loved
being with each other.
It seemed we never got
enough of each other
craved for more, more and more....
Time as always made us slave
societal pressures, family norms
all took their toll.
Love compromised,
life squeezed in moments
do create their own
angst and agony
frustrations reflected
in our body languages
desperation blurted out from our
mouth
without us, knowing about it
We hurt each other not knowing
 how to deal with lack of time,
opportunities not forthcoming,
suffered in our own way.
true it is
Love always comes
with its twin, pain.

கிடைத்தது

எனக்கே எனக்காகக் கிடைத்தது
ஒரு திட்டமிடாத மாலைப்பொழுது.
இம்மாதிரித் தருணங்கள்
மிகவும் அரிது
என்னுடைய நாளின் முதுகில்
செய்யவேண்டியவையின் பட்டியல்
இல்லாதபொழுது.
சோம்பேறியாய் படுக்கையிலே
கொதிநீர்ப் பையுடன்
எனக்குப் பிடித்த தேநீரை
உறிஞ்சிக்கொண்டே
ஆன்மாவை நிறைக்கும் பாடலை
கேட்டுக்கொண்டு
பாதி மூடிய விழிகளுடன்
ஒரு உறக்கத்தில்
மத்திய வார அந்திப்பொழுதில்
உன்னருகாமைக்காக ஏங்குகிறேன்!
எனது வாழ்விடம்
அதிகம் எதிர்பார்க்கிறேனோ?
இந்தக் கணத்திடம்
நான் சற்று அதிகமாகவே
எதிர்பார்க்கிறேன்.

Found

Found
an unplanned evening
absolutely to myself.
Such moments are rare
when I do not have a 'to-do list'
tagged to my day.
Lazing in bed with a hot water bag,
to ease my back muscles,
sipping my favourite tea,
listening to soulful music
with my eyes half closed,
in a slumber,
longing for you still
on amid week evening!
Is it asking too much
from life?
Is it expecting too much from this moment.

வார்த்தைகள் காயப்படுத்தினால்

வார்த்தைகள் காயப்படுத்தினால்
எனது மௌனம் ஆறுதலாளிக்குமென
எண்ணுகிறேன்.

முற்றிலுமான தனிமையில்
உனது நினைவுகள் வந்து
சிரிப்பு நம்மை இணைத்த
அந்த நாட்களை நினைவூட்டுகிறது.

தற்காலம்
கொந்தளிப்பின் ஒரு நிழல்
ஒருவருக்கு இங்கே இப்பொழுது
வாழ விருப்பமில்லை
ஒருவர் பின்னோக்கியும்
முன்னோக்கியும் பார்க்கிறார்.

தற்காலத்தில் தரையூன்ற
ஒருவருக்கு நீ தேவை.

If words hurt

If words hurt,
hope my silence
brings solace.

In stark aloneness
your thoughts comeby,
remind me of the days
when laughter connected us.

The present,
a shadow of turmoil.
One doesn't wish to
live in the here and now,
one looks back, looks further.

To be grounded in the now,
one needs you.

ஒரு மயக்கும் காட்சி

மனோவசியப்பட்டு அசைவற்ற
அந்தநாள் நினைவுகள்
கொண்டுசென்ற அந்த
வேறொரு உறவினை
மறுவரையரை செய்ய விழைகிறது!

இணைக்கோடுகள்
மீண்டும் சந்திக்காது.
காலம் ஆற்றுமா வேதனையை
நாம் எப்பொழுதாவது இணைவோமா?
முன்போல் சிந்தனை ஒன்றாயில்லை
தொடர்பற்ற அலைவரிசை!
புரிதலும் போயிற்று!

இப்பொழுது நமக்குள்
ஒன்றுமே நடக்கப்போவதில்லை
பிரியா விடையளிக்கும்
நேரம் வந்துவிட்டது
மேலே செல்ல வேண்டும்.

One, mesmerised still

*One, mesmerised still
by the memories
of the other day,
the other who has moved on,
wishes to redefine the relationship!*

*Parallel lines,
would not meet again.
Can time heal devastation
can we ever bond.*

*Thought process
no longer the same.
Wavelength mismatch!
Chemistry gone!
Now nothing
will happen between us
time to say good bye
and move on.*

அழகாய் அமர்ந்திருக்கிறது ஊதா நிற ஆர்க்கிட் பூக்கள்

ஊதா நிற ஆர்க்கிட் பூக்கள்
என் பக்கவாட்டு மேசையிலுள்ள
பூச்சட்டியில்
அழகாய் அமர்ந்திருக்கிறது.
உனது விழிகளிலுள்ள
குறும்புத்தனமான நட்சத்திரங்கள்
போல் மின்னுகிறது.
கூறாத வார்த்தைகளால் என்னை
கேலிசெய்கிறது.
சந்தித்தபொழுது
நீ என்னுடன் இருந்தாய்
ஆனாலும் தூரமாய் விலகி நிற்கிறாய்
என்னவனாயின்றி.
இதுதான் காலத்தின் கோலம்
தலையெதிழுதின் சாபம்
நமது முகங்களில் எழுதியுள்ளது.
அப்படியே இருக்கட்டும்
போனால் போகட்டும் விடு.
நாம் ஒன்றாக
என்றாவது ஒருநாள்
எங்கேயாவது எப்பொழுதாவது
இருக்கக்கூடும்
யாரறிவார்?

Violet orchid sitting pretty

Violet orchid sitting pretty
on my side table vase,
sparkle like naughty stars
in your eyes.
Teasing me in words unsaid.

Last when we met
you were with me
yet so far,
by my side
yet not mine.
Irony of time,
curse of destiny
written on our faces.
Let it be,
let it go.
We shall be together,
someday somewhere,
sometime who knows.

நான் எட்டிப் பார்க்கிறேன்

நான் எட்டிப் பார்க்கிறேன்
எனது படுக்கையறை
சாளரத்தின் வழியே,
எனது மூன்று நண்பர்களைக்
காண்கிறேன்
அடிக்கடி எனது வாழ்வைப் பகிரும்
என்னை அறிந்த
எனது வேப்ப மரங்கள்.
சொல்ல முடியாத, பகிரமுடியாத
இரகசியம் என் மனதினுள்
இப்போது புதைந்திருக்கிறது.
எனது நண்பர்கள் என்னை
விசாரிக்கவில்லை
அவர்கள் ஒரு குறும்புப்
புன்னகையுடன்
என்னை நோக்குகின்றனர்
நன்கு பாதுகாத்த, கூறப்படாத,
எனது இரகசியம் அவர்களுக்கு
தெரியும் போல.
அவர்களுக்குத் தெரியும் என்பதை
உணர்ந்து நான் வெட்கினேன்
அவர்கள் மிக மெலிதாய்,
மிக அழகாய்
கொல்லென்று சிரித்தனர்.
உனது நண்பர்களுக்கு
உன்னைவிடவும் உன்னைப் பற்றி
நன்றாகவே தெரியும்.

I peep out of

I peep out of
my bedroom window,
look at my three friends
my neem trees, who know me
and often share my life.
Now there is a secret
hidden in my core within,
can't talk, can't share.
My friends are not probing
they glance at me
with a naughty smile,
seem to know my secret,
so well guarded, unsaid.
I blush realising that they know
and they burst into laughter
so soft, so beautiful.
Your friends know you
better then you know yourself.

கண்ணாடியில் என்னைக் கண்டேன்

கண்ணாடியில் என்னைக் கண்டேன்
எனது வலது கன்னத்தில்
எனது கண்ணுக்கு கீழே,
அந்த நீல வடு
பச்சை குத்தியது போல் அந்தக் காயம்
ஆழ்ந்த அன்பின் நினைவு,
காட்டுத்தனமான உணர்ச்சிகள்
ஒரு இனிய நினைவு.
இது பல நாட்கள்
என்னை வருத்தியது
பின்னர் என்னை மகிழ்வித்தது.
இப்பொழுது என்னை புன்னகைக்க
வைக்கிறது.
நீ எனது நினைவினில்
அது இருந்தாலும் இல்லாவிட்டாலும்
நீ என் நினைவுகளில் இருப்பாய்.
அறிந்தோ அறியாமலோ நீ இந்த
வடுவை உண்டாக்கிவிட்டாய்.
அதனால் நான் தொலைவில்
இருந்தாலும்
இது உன்னை எனக்கு நினைவூட்டும்.
உனது காட்டுத்தனமான
அப்பாவிச் செய்கைகள்
எனது உள்ளத்தைத் தொடுகிறது.

Saw myself in the mirror

Saw myself in the mirror,
on my right cheek
just under my eye, the blue mark
the bruise looks like a tattoo
a token of deep love, wild emotions
a fond remembrance.
It hurt me for days
then amused me
now makes me smile.

You in my thoughts
and would have been
in my thoughts with or without it.
Knowingly or unknowingly
You created this tattoo
so when I am faraway
it would remind me of you.
Your wild innocent
expression touches my core.

ஒருவர் ஏங்குவது

ஒருவர் ஏங்குவது
ஒருவரது சொந்த இடத்திற்காக
ஒரு சாதாரண நாளில்,
அல்லது கூட்டத்திலே
தனிமையை தேடி,
உனது நினைவுகள்
இன்னும் எனது ஆன்மாவை
சூழ்ந்திருக்கிறது.
ஒருவர் ஏங்குவது உன்னை உணர,
கேட்க, தொட, பார்க்க.
தொலைவிலே, தொடர்பற்று
ஆனாலும் உன்னை
மிக அருகாமையில் காண்கிறேன்.
உனது துடிப்பான சிரிப்பின்
இனிய நினைவுகள்
என்னை உயிர்ப்பிக்கிறது.
தொலைபேசி மணி ஒலிக்கிறது....
ஒருவரையொருவர் கேட்டு
கொல்லெனச் சிரிக்கிறோம்.
மகிழ்ச்சியாய், இதுதான் நேசம்.

One craves for

One craves for
one's own space on a mundane day,
Orin a crowd
looking for aloneness,
your thoughts still
linger to my soul
one craves to feel
to hear, to touch, to see you.
Far away, disconnected
yet finds you
so near, so connected.
Fond memories of your vibrant laughter
Keeps me alive.
The phone bell rings . . . .
and both hear each other
and burst into laughter
this is joy, this is love.

படைப்பின் நோக்கங்கள்
இருப்பினும் வேலை செய்

படைப்பின் நோக்கங்கள் கூட
ஒரு தப்பிக்கும் செயல்தான்.
இயந்திரனாய் நான்
யோசிக்கக்கூட ஆசையின்றி
எனது உள் இருப்புக்கு
எந்த இடமும் அளிக்காமல்
வேலை செய்து, வேலை செய்து,
சாதித்தேன்.
இந்த உலகம் என்னை ஒரு பல
வேலைகள் செய்பவராக,
ஒரு வேலைக் குதிரையாக்
கண்டது.
பேரார்வத்திற்கும் படைப்பாற்றலுக்கும்
பந்தம் மலர்ந்து பூத்தது.
நான் ஒரு முன் மாதிரியாக
ஒரு சூரப்பெண்ணாய் உணரப்பட்டேன்.
யாருமே பார்க்கவில்லை
நானும் உணரவில்லை
ஒளிந்திருக்கும் அந்த வலியை
நான் குணமடையும் வரை
எனது மையத்துடன் தொடபுகொண்டு
மௌனமென்னும் கீதத்தால்
ஆறுதல் கொண்டேன்.

Work even creative pursuits were

Work even creative pursuits were
an escape.
Robot me
never wished to think
nor ever gave space to my inner self
worked, worked and achieved.
The world saw me as
a multitasker, a workhorse.

Passion, wedded to creativity
bloomed, flowered.
Me perceived as a role model,
a super woman.
None saw nor did I realise
the hidden pain
in the burst of laughter
till I healed myself,
connected to my core being
comforted by the song of silence.

வா ஜூலையே, வா மழையே

வா ஜூலையே, வா மழையே
தீவிரமாய்க் காத்திருக்கிறேன்
அந்த வாறியடிக்கும்
முதல் தெளிப்பிற்காக
அந்த ஈர மண் வாசனைக்காக
அது உன்னை உயிர்ப்பாய்
உணரவைத்தது.
கடந்துவிட்ட நினைவுகளில்
மூழ்குகிறார் ஒருவர்.
ஒருவர் சளிப்பிடிக்கும்,
காய்ச்சல் வரும் என்ற
கவலையின்றி மழையிலே
நடனமாடிய நாட்கள்.
ஒருவர் ஏங்குவது
கவலையற்ற வாழ்க்கைக்கு.
சூடான கதையின் வாசம்
நீண்டநேரம் ஆன்மாவை சூழ்கிறது.
ஜன்னலோரம் நின்றுகொண்டு
ஒருவர் கடந்தகாலத்திற்குச் சென்று
அந்த பருவத்தின் மாயாஜாலத்தில்
மீண்டும் அது நிகழ்வதற்காக
காத்துக்கொண்டே மீண்டும் வாழ்கிறார்.

Come July, come rain

Come July, come rain,
waiting desperately
for the first splash,
for the fragrance of the wet earth
that made you feel alive.

One drowned,
in the memories of days gone by.
When one danced in the rain
without caring a damn
for catching cold, getting fever.

One craves
for a carefree life.
The aroma of hot coffee
lingers long to the soul.
Standing by the window
one goes back in time
and relive the monsoon magic,
waiting for it to happen yet again.

பரப்புகிறது வானிலை

பரப்புகிறது வானிலை அதன்
மங்கலான வெண்புகை மனநிலையை,
சாம்பல் நிற நாள்
சூரியன் வரும் அறிகுறியின்றி
புழுக்கமாய், ஈரப்பதத்துடன்,
நின்றுபோனது.
வருணனுக்காகக் காத்திருக்கிறோம்
அவனுடைய ஆசிகளை பூமிக்கு
அனுப்ப.
நான் நிலைதவறி
எண்ணங்களைத் திணறடிக்கும்
முதுகு வலியுடன்
திசைதிரும்பிவிட்டேன்,
நான் ஏன் அமைதியற்றிருக்கிறேன்?
எதற்காக?
வரையறுக்க முடியவில்லை.
உன்னைச் சந்திக்க முடியாததால்
கூட இருக்கலாம்.
இந்தச் சிறு உண்மை
என்னை முடிவின்றி நெருடுகிறது,
உன்னை சந்திப்பது என் ஆவிக்கு
அத்தியாவசியமானது!

Weather spreading

Weather spreading
It's gloomy mood,
hazy smokey, ash grey day
no sign of sun,
sultry, humid, stand still
Waiting for the rain god,
to send its blessings on earth.

Am distracted, disoriented
stiff back, stifling my thoughts
why am restless, for what?
Unable to define,
may be because not been able to meet you.
This little truth,
bothers me no end,
why meeting you has become
so essential for my spirit!

பருவகாலத்தில் கோவா

பருவகாலத்தில் கோவா
ஒருவரை பிரமிக்கவைக்கும்
பச்சை பசேலென்ற பசுமையின்
புத்துணர்ச்சியால்.
மிகுந்த உயிர்ப்புடன் அந்த
ஈர்ப்பதத்தில்
ஒருவரது ஆன்மாவை அது
கிளரந்தெழச் செய்கிறது
உச்சத்திற்கு பின் உச்சத்தை
அனுபவிக்க
ஒருவர் கடலின் வெறித்தனத்திற்கு
சரணடைகிறார்.
மேகங்கள் தங்களது பேரார்வத்தை
கடலில்
ஏன் உன்னிலும்கூட ஊற்றுகிறது.
ஒருவர் இயற்கையின்
அருட்கொடையை ப்ருகுகிறார்.
இது ஒருவரது உடல், மனம்,
ஆன்மாவிலுள்ள
மனக்கவலையை போக்குகிறது.
இயற்கையின் தூய்மை உணர்ச்சியாம்
மந்திரப் பரிசிற்கு
ஒருவர் சாட்சி.
ஒருவர் புத்துணர்வடைகிறார்.

Goa in monsoon

Goa in monsoon,
mesmerises one
with its awe inspiring
lush green freshness,
so alive in its sensuous wetness.
It arouses ones soul
to experience peak after peak.
One surrenders
to the sheer madness of the sea.
Clouds pour their
raw passion on sea,
and on you as well.
One gets drunk
by the bounties of nature.
It takes away the angst of
one's body, mind and soul.
One witnesses the magic of nature's
gift of catharsis,
one is rejuvenated.

மாயாஜாலப் பருவகாலம்

மாயாஜாலப் பருவகாலம்
விசித்திரக் கடல்
அழகாய் சங்கமிக்கிறது
காதல் கானங்களைப் பாடி
கையோடு கைசேர்த்து நடனமாடி
அவர்களது சுத்தமான பேரார்வத்தால்
ஒருவரை மயக்குகிறது
அந்தக் கணத்தில் சூழப்பட்ட வாழ்க்கை
எதிர்காலத்தைப் பற்றிய எதிர்பார்ப்பின்றி
கடந்துவிட்ட கடந்தகாலத்தைப் பற்றிய
வருத்தமின்றி
நன்றாய் வாழ்ந்தது.
முழுமையாய் வாழ்ந்த கணத்தினால்
இறப்பைப்பற்றிய அச்சமில்லை
அந்த பேரின்ப கணம்
உனக்கு மரணத்தை ஏற்கும்
தைரியத்தை அளிக்கும்.

Magical monsoon

Magical monsoon,
mystic sea,
beautifully mingled,
singing love songs,
dancing in each other's arms
mesmerise one
with their sheer passion,
life engulfed in that moment,
lived so well
no regrets of misspent past,
no expectation for tomorrow.
a moment fully lived,
has no fear of death
a blissful moment
gives you the courage
to accept death.

ஆழ்ந்த காயத்தை காலம் குணமாக்குமா

ஆழ்ந்த காயத்தை காலம்
குணமாக்குமா
என்று உறுதியாய்த் தெரியவில்லை
விண்மீன் போன்ற உனதுவிழிகளிலே
வாழ்வினைக் கண்டேன்.
நான் அவைகளை காணும்பொழுது,
அவ்விரண்டும் எப்பொழுதும்
மின்னியது.
அவை என்னை மிக வசீகரப்
புன்னகையுடன் வரவேற்றது.
எப்பொழுதும் விழிகளால் நீ
புன்னகைப்பது
என்னை மயக்குகிறது.
அவையிரண்டும் நகைக்கவில்லை
எங்கோ தொலைவாகத் தோன்றியது
மிகத் தொலைவாய்,
மிகவும் வெறுமையாய்
மிகவும் ஜீவனற்று
காலப்போக்கில் எல்லாம்
நன்றாக இருக்கும் என்று
நீ சொன்னாய்.
அத்தகைய மாயத் தருணங்களுக்காக
நித்தியமாய் காத்திருப்பேன்.

Not sure whether time

Not sure whether time
will heal the deep hurt.
I saw life in your starry eyes.
Those two always twinkled,
when I looked in them.
They greeted me with
the most beautiful smile.
You always laughed
through your eyes,
mesmerised me.

Those two didn't smile,
they looked so distant,
so vacant, so lifeless,
you said with time,
all will be fine.
Will wait till eternity
For such magical moments.

அறியாமல்

இருளை அறியாத ஒருவர்
ஒளியை அறிந்து ஆராதிக்கும்
வாய்ப்பை இழப்பர்.
வலி, துயரம், ஏமாற்றம்
என வாழ்வின் அனைத்துப் பகுதியும்
உன்னை வளப்படுத்தும்.
வாழ்வில் பேரின்பம், ஆனந்தம்,
நம்பிக்கை அனைத்தையும்
அனுபவித்துவிடு, அனைத்தையும்
மதிக்க நீ கற்றுக்கொள்வாய்.

Not knowing

Not knowing
darkness
Will deprive one,
to know and cherish light.
Experience all shades of life.
Pain, sorrow, betrayalen rich you
You learn to value
bliss, joy and trust in life.

மௌனம்

மௌனம் என்பது
சப்தமில்லாத
நிசப்த நிலை மட்டுமில்லை.
இது வெறுமையோ
வெற்றிடமோ இல்லை.
ஐம்புலன்களும் இணைக்கிறது
வெளியுலகத்தை.
இதை உனது
ஆறாவது அறிவால் அறிந்துகொள்
இது உன்னை உள்ளுலகுக்கு
வழிநடத்தும்.
உள்நோக்கிய பயணம்
மகத்தான மௌனத்திற்கு
வழிவகுக்கும்
இது நித்தியமான பேரின்ப இசை.
மௌனம்
அனுபவித்து அறியப்படவேண்டியது.

Silence

Silence
not mere absence of sound,
absence of noise.
It is neither emptiness,
nor vacuum.
All five senses connect one
Withouter world.
Explore it with your sixth sense
which leads you towards inner world.
Inner journey leads to immense silence
which is eternal, blissful music.
silence is to be
experienced.

மௌனம் உனது

மௌனம் உனது
இயற்கைச் சந்தம்.
இது ஒரு மனமற்ற நிலை,
இங்கே நீ உன்னுடைய
உள்ளிருப்புடன்
தொடர்புகொள்ளும்
ஒரு பேரானந்த நிலை,
நீ உன்னுடன் ஒன்றாகிறாய்
அவனுடன் ஒன்றாகிறாய்.

Silence is your

Silence is your
natural rhythm.
It is a state of no mind,
a state of eternal bliss.
Where you communicate
with your inner self.
You become one with yourself
One with HIM.

உனது உள்ளிருப்பு

கண்ணாடியில் மட்டுமே
பிரதிபலிக்கிறது
உனது உள்ளிருப்பு.
சிற்றலைகளின்றி முழுமையான
அமைதியுடன்
முழு மௌனம்.
மனமற்ற அந்த நிலையில்
திடீரென நீ சந்திக்கிறாய்
உனது சொந்த இருப்பை.

Your inner being

Your inner being
reflects only in the mirror,
without ripples in absolute stillness,
in utter silence.
In a state of no mind
suddenly you meet
your own being.

சராசரி மனது, உறங்கும் மனது

மனம் என்பது சராசரியானது, மனம்
என்பது உறக்கம்.
தியானம் என்பது உனது இருப்பை
எழுச்சியூட்டுவது.
பற்றின்றியிருக்கும் ஒரு நிலை
லட்சியமின்றி
ஆழப்காணா மௌனம்.
இம் மௌனத்தில்தான்
உன்னுள் மலர்கிறது தாமரை.

Mind is mundane, mind is sleep

Mind is mundane, mind is sleep.
Meditation is,
awakening of your own being.
A state of desirelessness,
non ambition,
unfathomable silence.
Only in such silence
blossoms the lotus in you.

சொல்ல முடியாத உண்மை

உண்மையைக் கூறவோ
வார்த்தைகளால் விவரிக்கவோ
முடியாது.
ஒருவர் பேசுவதும் எழுதுவதும்
வெறும் உண்மைகளே.
இது மௌனத்தின் மூலமே
பரவமுடியும்.
மக்கள் கேட்கட்டும்
நீ பேசாமலேயே.
இதுதான் உண்மை
ஒரு அமைதியான இதயத்திலிருந்து
மற்றொரு இதயத்திற்குப் பாயும்
ஒரே வழி.
முழுமையான மௌனத்தில்
நீ பகிர்கிறாய், நீ கலக்கிறாய்,
நீ ஒன்றாகிறாய்.

Truth neither can be spoken

Truth neither can be spoken,
nor expressed in words.
What one speaks or writes
are mere facts.
It can only be transmitted
through silence.
Let people hear you
without, you speaking.
That is the only way
truth gets transferred
from one silent heart
to another silent heart.
In utter silence you share,
you merge, you become one.

காத்திருக்கக் கற்றுக்கொள்

காத்திருக்கக் கற்றுக்கொள்
நீ எதற்கெல்லாம் தயாரோ
அதை அண்டம் உனக்கு அளிக்கும்.
மௌன நிலைக்குச் செல்
மனமின்றி, உணர்வின்றி,
நினைவின்றி
அமைதியாய் விழிப்புடனிரு.
இந்த விழிப்புணர்வு நிலையில்
பிரபஞ்சம் உனக்கு
நிறையப் பரிசளிக்கிறது.

Learn to wait

Learn to wait
cosmos will give you
whatever you are ready for.
Go in silence,
no mind, no emotion, no thought,
just silent watchfulness.
In that awaken consciousness
universe gifts you
abundance.

உனக்கு நீயே கொடுத்துக்கொள்

உனக்கு நீயே கொடுத்துக்கொள்
மௌனத்தை பரிசாக.
மௌனமெனும் மண்ணில்தான்
உணர்வுகள் வளர்கிறது.

மதம் ஒரு செயல்
செயலற்று, மனமற்று, நினைவற்று,
உள்பேச்சின்றி இருத்தல் தியானம்.
அது உள்ளே பாயும் பேரானந்தம்
அது தூய மௌனம்.

Give yourself

Give yourself
gift of silence.
Consciousness grows
only in the soil of silence.

Religion is action,
meditation is no action, no mind,
no thought, no inner talking.
It is flowing of inner ecstasy,
it is pure silence.

நீ விரும்பினால்

நீ அவனுடன்
தொடர்பு கொள்ள விரும்பினால்
மௌனத்தின் மொழியை
கற்றுக்கொள்.
அவனுடன் நெருக்கம்
அந்த மாயமான மௌனத்திலேயே
நிகழ்கிறது.
நீ முழுமையான
மௌனத்தில் பாடும்பொழுது
உனக்கு அந்த
இறுதியான அழகு தெரியவரும்.

If you wish to

If you wish to
communicate with HIM
learn the language of silence.
Intimacy with HIM
happens in magical silence.
You know the ultimate beauty,
only when you sing
 in absolute silence.

உண்மை எழுகிறது

உன் உள்மனத்தின் தீவிர
மௌனத்திலிருந்து
உண்மை எழுகிறது.
உண்மையென்பது
மௌனமின்றி வேறில்லை,
மௌனத்தின் கதவைத் திற.
சிறிய மௌனம் வளர்ந்து
பிறகு முழுமையான மௌனமாகும்
இங்கே நீ அனைத்து உயிரிகளும்
ஒன்றோடொன்று
இணைந்திருப்பதைக் காண்பாய்.

Truth arises

*Truth arises
from the intensity of your silence.
Truth is not other than silence,
open the door of silence.
Small silence will grow
and become absolute silence,
where you find your being
inter-connected with One and All.*

அன்பு ஒன்றே ஒரே சக்தி

அன்பு ஒன்றே
ஒருவரிடமுள்ள ஒரே சக்தி.
உன்னிடம் அது உபரியாய் உள்ளது.
உலகத்திற்கு இதை பரிசளித்திடு.
மௌனம் ஒன்றே உன்னுள் இருக்கும்
எப்பொழுதுமே
தோற்கடிக்க முடியா வலு.
அன்பும் மௌனமும்
உன்னை உன்னுடன்
தொடர்பு படுத்துகிறது
நீ வீட்டை அடைகிறாய்.

Love is the only power

Love is the only power,
one has.
You have that in you
in abundance.
Gift it to the world.
Silence is the only force in you
which can never be defeated.
Love and silence
connect you to you.
You arrive HOME.

வாழ்க்கையும் அன்பும்

வாழ்க்கையும் அன்பும்
தற்காலிகமானது, நித்யமற்றது
மரணம் ஒன்றே நிரந்தரம்.
ஏன் அக்கறை காட்டவேண்டும்,
ஏன் மதிக்கவேண்டும் நிரந்தரத்தை?
இக்கணத்தில் வாழ்,
இக்கணத்தை நேசி.

Life and Love are

Life and Love are
 momentary, not eternal.
Only death is permanent.
Why care, why value
permanency.
Live the moment,
love the moment.

கடவுளுக்கு

கடவுளுக்கு
உடலில்லை
பொருளில்லை
வடிவில்லை
வரையறையில்லை
பாலினமில்லை
அது உன்னில் இருக்கும்
விழிப்புணர்வின்
ஒரு ஒளிப்பிழம்பு.
நீ அந்தப் பிழம்பில்
உன்னக்குள்ளே உள்ள
நம்பிக்கையின் மூலம் கலக்கிறாய்.

God is

God is
No - body
No – thing
No – form
No – definition
No – gender
It is a luminous flame
of awareness within you.
You merge in that flame
only through faith in yourself.

சவால்

உன்னுள் இருக்கும்
அந்த சீரற்ற ஓசைக்கு
உள்மன உரையாடலுக்கு
இறைந்துகிடக்கும் எண்ணங்களுக்கு
உனது உலகியல் சாதனைகளின்
வெற்றிகளின் சாதாரணக்
கணக்குகளுக்கு
சவால்விடு.
மௌனத்தை ஒருங்கிணைத்து
உனது உள்ளிருப்பை
உன்னை நீயே அணுகு,
பாதையிலுள்ள ஒளியை
இது அவனன்றி வேறில்லை என்று
அறிந்துகொள்.

Challenge

Challenge
The random noise within you,
the inner dialogue,
the scattered thoughts,
the mundane accounts of
your achievements,
the worldly success.

Integrate the silence
reach out to yourself,
your core existence.
And know the light on the path
it is none other than HIM.

இக்கணம் என்பது

இக்கணம் என்பது
கடந்த காலத்துக்கும்
நிகழ்காலத்துக்குமிடையே
உள்ள இடைவெளி.
வாழ்க்கை இந்த இடைவெளி என்று.
உனக்கு நீயே நினைவூட்டிக்கொள்.
இது கடந்துவிட்ட நாட்களின்
நினைவுகளிலோ அல்லது
இனிவரும் நாட்களுக்காக செய்யும்
திட்டங்களிலோ
இது இருப்பதில்லை.
வாழ்வென்பது
தற்சமயம் மட்டுமே.
இக்கணம்தான்
உனது முழுமையான வாழ்வு.

This moment is

This moment is
the gap
between past and future.
Live the gap
remind yourself that
life is only this gap.
It does not exist in
memories of the days gone by
or
plans you make for days
which will come by.
Life is only NOW.
This moment is your whole existence.

எங்கே கடந்தகாலம் இல்லையோ

எங்கே கடந்தகாலம் இல்லையோ
எதிர்காலம் இல்லையோ
நிகழ்காலம் மட்டுமே உண்டோ
அதுதான் மனதின் இறப்பு.

Where there is no past

Where there is no past,
no future,
only now,
only life
then it is death of mind.

அறிந்துகொள்

அறிந்துகொள்
நீ இந்த உடல்,
மனது, வெற்றி, வாழ்க்கையை விட
இந்த கிரகத்திலுள்ள
அனைத்தையும் விட
மேலென்று.
நீதான் அன்பு,
நீதான் அகிலம்,
நீதான் இயற்கை.

Become aware

Become aware,
that you are more
than this body,
this mind, success, career,
everything on this planet.
You are love,
you are the cosmos,
you are nature.

உன்னை நீயே உருவாக்க முயற்சி செய்

உன்னை நீயே உருவாக்க
முயற்சி செய்
இதை அறியவில்லையென்றால்
நீ வெறும் பாமரன்.
உனது தலையெழுத்தை மாற்றி எழுது
பாமர மனோநிலையை உடைத்தெறி
உனக்கு நீயே பொறுப்பேற்றுக்கொள்.
வாழ்க்கையென்பது வெறும்
தலையெழுத்து, கர்மாவைப் பற்றியல்ல.
தேர்ந்தெடு
முடிவுகளையெடு.
நீயே உன் வாழ்விற்கு
உனது வளர்ச்சிக்கு உனது
பரிணாமத்திற்குப் பொறுப்பு.
உனது பாதையை நீயே உருவாக்கு
ஒளியாய் இரு, நீயாக இரு.

Strive to create yourself

Strive to create yourself.
Unaware you are mere mob.
Rewrite your destiny,
dismantle the mob's mindset
take charge of yourself.
Life is not all about
Karmic fate
and giving control
of your life to destiny.
Make choices,
take decisions.
Only you are responsible
for your life, your growth,
your evolution.
Create your own path
be the light, be you.

ஆன்மாவிற்கு
காலவரையில்லை

ஆன்மாவிற்கு காலவரையில்லை
நீ அறியாத அறிவொளி ஆத்மா
அறிந்துகொள்ள முயற்சிசெய்
அதுதான் ஒரே நோக்கம்
வாழ்க்கையில்.
சற்று உள்நோக்கிச் செல்
மௌனமாய் இருக்கக் கற்றுக்கொள்.
வாழ்க்கை ஒரு
வகுக்கப்படாத நிகழ்வு
நம்முடைய பரந்த இருப்பு.
நாம் இணைக்கப்பட்டுள்ளோம்
நாம் முழுமையானவர்கள்,
நாம் ஒருவரே.

Soul is timeless, ageless

Soul is timeless, ageless.
You,
An unaware enlightened soul.
Strive to become aware
that is the only purpose
of your life.
Just go in,
learn to be silent.
Life is undivided,
a phenomenon,
a vast existence of We.
We are connected,
we are whole, we are one.

ஆன்மாவிற்குப் பாலினமில்லை

ஆன்மாவிற்குப் பாலினமில்லை
சாதியில்லை, மதமில்லை
குடும்பமில்லை, தேசமுமில்லை
அது ஒரு சுதந்திர ஜீவி
ஒருமுறை பிறந்தவுடன்
அதற்கு ஒரு பெயர், ஒரு பாலினம்,
ஒரு உடல்
ஒரு சாதி, ஒரு மதம்
ஒரு குடும்பம், ஒரு தேசம்
இவையனைத்தும் சங்கிலியால்
பிணைத்து
எடுத்துச் செல்கிறது சுதந்திர
ஆன்மாவை.

Soul has no gender

Soul has no gender
no caste, no religion
no family, no nation
It's a free entity.
Once born
is given a name, a gender, a body
a caste, a religion
a family, a nation
and these chains take away
the free spirit.

எலிப்பந்தயம் நடக்கிறது

இடைவிடாமல் நடக்கும்
எலிப்பந்தயம்
உன்னை சோர்வடையச் செய்யாது.
வலைப் பின்னல்கள் உனது
நிகர மதிப்பை அதிகரிக்கும்.
உனது வங்கியாளர்
உனது உறவை நிர்வகிப்பார்.
உன்னை எவ்வளவுபேர்
விரும்புகின்றனர்
என முகநூல் தீர்மானிக்கும்.
வாட்சப் முன்னோக்கிகள்
உனது நாளைத் துவங்கும்
உனது கைபேசியை கையில்
வைத்துக்கொண்டே
ஒருவேளை நீ உறங்கச் செல்லலாம்.
நாட்கள் கடந்துசெல்லும்
ஓ, நான் மிகவும் வெற்றிகரமாய்
இருக்கிறேன்
என்று நீ உன்னையே
தேற்றிக்கொள்வாய்.

Running the rat race

Running the rat race
relentlessly will
tire you not.
Networking will
increase your net worth.
Your banker will
manage your relationship.
Facebook will decide
how many like you
and whatsapp forwards
will start your day
and may be
you will go off to sleep
holding your mobile.
Days will pass
and you will
console yourself
oh I am so successful.

ஆர்வத்தில் சூழ்ந்து

ஒருமுறை நிரம்பிவழியும்
பேரார்வத்தில் சூழ்ந்து
நீ நிர்வாணத்தை
அடைந்துவிட்டது போல்
அலட்சியமான மனநிலையை
அடைந்துவிட்டாய் தோன்றியது.
இந்தச் சாதனையப்பற்றி சிந்தி
நான்அறிவுறுத்துகிறேன்.
எனக்கு இது அருகாமையின்
அச்சத்திலிருந்து
தப்பிக்கும் வழி போல் தெரிகிறது
பெரும்பாலும் மக்கள்
அன்பை ஏற்க இயலாதவர்களாக
இருக்கிறார்கள்.

Engulfed by

Engulfed by
overflowing passion once
you seem to have attained indifference
as if it is nirvana.
Reflect on this achievement I suggest.
To me it appears
as an escape
from fear of intimacy.
People often are
incapable of accepting love.

அறியப்படாதது

அறியப்படாத
ஆராயப்படாத
வரையறுக்கப்படாத
கூறப்படாத
தீவிரமான
மர்மமான ஏதோவொன்று
இருண்ட ஆனாலும்
தூய்மையான ஏதோவொன்று
பாய்கிறது உன்னிடமிருந்து எனக்கு.
ஒருநாள் அது எங்கோ, எங்கேயோ
அழிக்கப்படவேண்டும்.

The unknown

The unknown
unexplored
undefined
unsaid
intense
mysterious something
flowing from you to me
dark yet pure
needs to be demystified
Someday somewhere…

இரு தனிமைத் தீவுகள்

இரு தனிமைத் தீவுகள்
தங்களது வெறுமையை
ஒருவர் மற்றவரது
ஆன்மாவில் ஊற்றி
வெற்றிடத்தை உருவாக்கி
மேலும் தனித்து
இருண்டு, ஆழ்ந்து, தீவிரமாய்
அவர்கள் சிந்தித்தனர்.
அவர்கள் ஆன்ம நண்பர்ளாய்
இருந்தனர்.
தீவுகள் தீவுகளாய்த்தான் இருக்கும்
அவை ஒருவரது பாதையை
மற்றொருவர்
கிடைப்பதில்லை.
அவர்கள் இரு தீவுகளாக,
தீவுகளாகவே இருப்பார்கள்.

Two islands of Loneliness

*Two islands of Loneliness
poured their emptiness
in each other's soul
and created Void
more Loneliness
dark, deep, intense
they thought
they were soulmates
islands will be islands
they do not cross
each other's path ever.
They are, They will be
two islands.*

உன்னை இனி அடைய

உன்னை இனி
அடைய முடியாது
நீ தொலைதூரத்தில் நிலவிற்கு
அருகே இருக்கிறாய்
அது அருகாமை போல்
தோன்றினாலும்
இப்பொழுது நம்மிடையே இந்த
இடையூறு
நான் இப்புவியில் இருக்கும்வரை
உன்னை அடைவதை
சாத்தியமற்றதாக ஆக்குகிறது.
நீ என்னை கைவிட்டுவிட்டாய்
எனக்கும்கூட நெருங்க அச்சம்தான்.
உனக்கு உனது சொந்த மூட்டைகள்
எனக்கும்கூட என்னுடையது உண்டு.
நம்பிக்கையின்றி, துக்கத்துடன்
ஒரு முறை நமது சந்திப்பு
சில முத்தாய்ப்பான தருணங்கள்
என்னை எப்படியும்
பாடாய்ப்படுத்தும் இந்த வாழ்நாளில்.

Can reach you

Can reach you
no more
you were faraway near moon
though it seemed nearby
now the gridlock between us
makes it impossible
to reach you ever
while I am on earth.
You have given up on me
and I am scared of
intimacy too.
you have your own baggage
and I have mine too.
No hope, only despair
Our meeting once for
some pearl moments
will haunt me
this lifetime anyway.

காதல் என்பது

காதல் என்பது
வாழ்வின் ஒரு பகுதி
அது இருக்கும்பொழுதே
ருசித்துக்கொள்
எதுவுமே நிலையில்லை
வாழ்விற்கும் காதலுக்கும் என்றும்
எப்பொழுதும் சந்தோஷ முடிவுகள்
இருந்ததில்லை.
வாழ்க்கை ஒரு பயணம்
காதல் ஒரு நிறுத்தம்
அங்கே நீ சிறிது நேரம் தங்கிவிட்டு
பின்னர் முன்னேறுகிறாய்.
உனக்கு பிடிக்கிறதோ இல்லையோ
அதை போக விடுவதற்கு
விருப்பமோ இல்லையோ
நீ முன்னேறிச் செல்லவேண்டும்.
காதல் உன்னில்
நினைவுகளாய் நீடிக்கிறது
வாழ்க்கை ஒரு பயணம்
மரணிக்கும் வரை.

Love is

*Love is
a slice of life
savour it while it lasts
Nothing is forever
Life and Love never
ever have happy endings*

*Life is a journey
Love is a station
where you halt for a while
and move on.*

*Whether you like it or not,
willing or unwilling to let it go ever,
you have to move on.
Love lingers to your being as memories
Life, a journey till death.*

வாழ்க்கையின் அத்தியாவசிய சவால்

வாழ்க்கையின் அத்தியாவசிய சவால்
நிபந்தனையற்று நேசிப்பது.
இரு நெருங்கிய நபர்களிடையே
எல்லையற்ற தூரத்தை மதிப்பது
மெய்யன்பு.
உனது அன்புக்குரியவரின்
தனிமைக்கான ஏக்கத்தை
புரிந்துகொள்வது
மெய்யன்பு.
ஒருவர்கொருவரின் தனித்துவமான
வெவ்வேறு வழிகளை
ஏற்றுக்கொள்வது
மெய்யன்பு.

Life's most momentous challenge

*Life's most momentous challenge
is to love unconditionally.
Respecting the infinite distance
between two closest people
is true love.
Understanding the
craving for solitude
of your loved one
is true love.
Accepting each other's
idiosyncrasies, different ways
is true love.*

நேசம்

நேசம்,
ஆன்மாவின் அளப்பரிய பிரகாசம்
எல்லையற்ற ஆற்றலின் புலம்
ஆன்மாக்கள் ஒன்றரக் கலந்து
தூய அண்டத் தீயாய் இருக்கும்.
உடலின் எல்லைகளை
விட்டுச் செல்லுமிடத்தில்
நேசம் நித்தியமாய் இருக்கிறது.
ஆன்மா மற்றோர் ஆன்மாவை
சந்திக்கிறது
காமமும் ஏக்கமும் அடங்கும்பொழுது
நேசம் இரக்கமாகிறது
அதன் பின் எஞ்சியிருக்கும்
மூல ஆர்வம்
ஒருவர்க் கொருவரின் தனித்துவத்தை
ஏற்றுக்கொள்வதில் உயிர்க்கிறது.

Love

Love,
* inexhaustible radiance of the soul.*
Infinite energy field,
where souls are one whole
interconnected, cosmic pure fire.
Love exists eternally
where you leave behind
the boundaries of body.
Soul meets the soul
when lust and longing die
love sublimates in compassion
where raw passion is left behind
it survives in acceptance of
uniqueness of each other.

அன்புதான்

அன்புதான்
வாழ்வின் ஒரே நோக்கம்
மௌனம்தான்
வாழ்வின் ஒரே கீதம்
கண்டுபிடி,
மீண்டும் உன்னை நீயே
கண்டுபிடி
அன்பினில், மௌனத்தில்.

Love is

*Love is
the only purpose of life
Silence is
the only song of life
discover and yet
rediscover yourself
in love, in silence.*

வாழ்க்கை என்பது

வாழ்க்கை என்பது
எதிரெதிர்த் தாளம்
இருப்பின் இருமையை ஏற்றுக்கொள்
வேதனை மெய்மறந்த இன்பம்
மரணம் வாழ்வை வரையறுக்கிறது
வாழ்க்கை முக்கியத்துவம் மிக்கது,
நித்தியமற்றது.

Life is a

*Life is a
rhythm of opposites
accept the duality of existence
agony – ecstasy
Death defines life
Life is momentous, not eternal.*

படைப்பாற்றல்

படைப்பாற்றல் -
ஒரு எல்லையற்ற
பேரார்வத்தின் கதை.
தித்திக்கும், புளிக்கும் நினைவுகள்,
தொலைதூர எதிர்காலக்னவுகள்.

படைப்பாற்றல் என்பது
காலவரையற்று ஆராய்வது
நிகழ்காலம் எப்பொழுதுமே
சங்கமிக்கிறது
கடந்தகாலம் மற்றும் எதிர்காலத்துடன்
இவையனைத்தும் ஒரு சுதந்திர
ஆன்மாவின் கிளர்ச்சி
அன்பைவிட
இது சுதந்திரத்தின் வெளிப்பாடு.

Creativity

Creativity –
a narrative
of infinite passion,
sweet and sour memories,
dreams of the distant future.

Creativity
is exploring timelessness,
the present always mingled with past and
future,
and is all about
rebellion of a free spirit
an expression of freedom more than
love.

நான் சென்றுவிட்ட பிறகு

நான் சென்றுவிட்ட பிறகும்
நான் இன்னும் சூழ்ந்திருப்பேன்
உனது விழிகளின் மினுமினுப்பில்
உனது சோம்பேறித்தனமான
மென்முறுவலில்
உனது சிந்தனையில்
சேர்ந்திருந்த தருணங்களின்
நினைவுகளில்
உனது நினைவுகளில்
உனது வெற்றியில்
உனது மகிழ்ச்சியில்
நீ செய்யும் அனைத்திலும், மேலும்
நீ செய்யாமல் விட்டதிலும்
இன்னமும் சூழ்ந்திருப்பேன் நான்.

When I will be gone

When I will be gone
I will be still around
in the twinkle of your eyes
in your lazy, cosy smile
in the memories of shared moments
in your thoughts
in your success
in your happiness
in whatever you do
and also
in what you don't do
I will be still around.

கவிஞரைப் பற்றி:

சங்கீதாகுப்தா (பி. எஸ்சி., எம். ஏ., எல்.எல். பி.,) அவர்கள் 1958ல் உத்திரபிரதேசத்தில் உள்ள கோரக்பூரில் பிறந்தவர். இவர் 1984வது ஆண்டுத்தொகுதியில் ஒரு ஐஆர்எஸ் ஆபீஸராக இருந்தவர். கவிஞராக மட்டுமின்றி ஒரு கலைஞராகவும் இருக்கும் இவர் இதுவரை 31 தனிப்பட்ட கண்காட்சிகளை நடத்தியுள்ளார். மேலும் 7 ஆவணப்படங்களை இயக்கியுள்ளார். இலக்கிய மற்றும் கலைத்துறைக்கு இவர்ஆற்றிய அரும்பணிக்காக பலவிருதுகளையும் பெற்றுள்ளார். இவரது கவிதைத் தொகுப்புகள் ஹிந்தியிலும் ஆங்கிலத்திலும் வெளிவந்துள்ளது. மேலும் டோகிரி, பங்களா, ஜெர்மன், கிரேக்கம் ஆகிய மொழிகளில் இவரது கவிதைகள் மொழிபெயர்க்கப்பட்டு வெளிவந்துள்ளது.

பல்வேறிடங்களுக்கு பயணித்த ஒரு
நபர். இவர் தற்போது தில்லியில்
பணியாற்றி வாழ்ந்து வருகிறார்.
பல மொழிகளிலே வெளிவந்துள்ள
இவரது கவிதைத்தொகுப்பின்
பட்டியலை கீழேகாணலாம் :
அண்தாஸ்சே (1988), இந்தி கவிதைத்
தொகுப்பு.
நாகபானி கி ஜங்கள் (1991), இந்தி
கவிதைத் தொகுப்பு.
இஸ்பார் உஸ்பார்(1996),ஓவியங்கள்
மற்றும் இவரது கையெழுத்தில் உள்ள
இந்திக் கவிதைகள் அடங்கிய
புத்தகம்.
சமுத்திர சே லூாட்டதி நதி(1999), இந்தி
கவிதைத் தொகுப்பு
பிரதிநாத்(2005), இந்திக் கவிதைகள்
மற்றும் ஓவியங்கள் அடங்கிய
புத்தகம்.
லேகஹக்கே சமய்(2006), புகழ்வாய்ந்த
பெண் எழுத்தாளர்களை இவர்
நேர்காணல் செய்தவற்றின் தொகுப்பு.
வீஹ்ஸ ஆஃப் டைம் (2013),
ஆங்கிலக் கவிதைத் தொகுப்பு.
ஸ்பர்ஷ கே குல்மொஹார் (2015),
இந்தி கவிதைத் தொகுப்பு.
லடாக் நோயிந்தி அன்னோன் (2015),
அறிய புகைப்படங்கள் மற்றும்
கவித்துவமான கதைகள் அடங்கிய
புத்தகம்.
ஏகம் (2017),
பல்வேறு நிலைகளில்
எடுக்கப்பட்டதால் ஏரியின்
புகைப்படங்களுடை கூடிய ஆங்கிலக்
கவிதைகள் அடங்கிய புத்தகம்.

சாங் ஆப் சயிலன்ஸ் (2018),
ஆங்கிலக் கவிதைத் தொகுப்பு.
பேபர் வா ரூ (2018), இந்தி கவிதைத்
தொகுப்பு.

முசாவிர் கா கயால் (2018),
கையெழுத்துக் கவிதைகளும்
ஓவியங்களும் உள்ள புத்தகம்.

ரோஷனி கா சபர் (2019),
கையெழுத்துக் கவிதைகளும்
ஓவியங்களும் உள்ளபுத்தகம்.

லால் புட்டி கே பச்சே (2019), இந்தி
கவிதைத் தொகுப்பு.

பீஜ் சிர்ப் ஜமீன் பர் உகட் தே ஹைரன்
(2019), இந்தி கவிதைத் தொகுப்பு.

ஜம்மு: தி ஷேட்ஸ் ஆஃப் டைம்
(2019), ஜம்முவின் இயற்கை
எழிலையும் கலாச்சாரத்தையும்
அறிவுக்கும் புகைப்படங்கள் மற்றும்
அதன் விளக்கங்கள் அடங்கிய
புத்தகம்.
கஷ்மீர்: தி ஸ்பிரிட் ஆஃப் சோலாஸ்
(2019), கஷ்மீரின் இயற்கை
எழிலையும்க லாச்சாரத்தையும்
அறிவுக்கும் புகைப்படங்கள் மற்றும்
அதன் விளக்கங்கள் அடங்கிய
புத்தகம்.
ஸாங் ஆஃப் தி காஸ்மோஸ் (2018),
இது ஒரு கலைஞர், கவிஞர், மற்றும்
படத் தயாரிப்பாளராக இருக்கும்
இவரது கலைநயமிக்க சரிதையாகும்.

இவரது கவிதைப் புத்தகங்கள்
கிரேக்கம், மாண்டரின், ஆங்கிலம்,
ஜெர்மன், பங்காளம், உருது போன்ற
பல்வேறு மொழிகளில்
மொழிபெயர்க்கப்பட்டுள்ளது.
பல எழுத்தாளர்களின் புத்தகங்களை
இவரது ஓவியங்கள்
அலங்கரித்துள்ளது.
பல்வேறிடங்களுக்கு
பயணித்தஒருநபர். தற்பொழுது
தில்லியில் தங்கி வேலைபார்த்து
வருகிறார்.

தொடர்புக்கு :Studio A-1/232, சபர்ஜூங்
என்கி ளேவ், புதுதில்லி-110029,
இந்தியா.ஈமெயில் :
sangeetaguptaart@gmail.com
வலைத்தளம் :www. sangeetagupta.co.in

About the Poet

Sangeeta Gupta is a highly acclaimed artist, poet and documentary film maker. She served as a bureaucrat, an IRS Officer (**1984** batch). After a successful career in the Ministry of Finance, she retired as Chief Commissioner of Income Tax (May **2018**). She has also worked as Advisor (finance & administration) of Lalit Kala Akademi, National Akademi of Visual Arts (July **2019** to January **2020**). She is a member of the Finance Committee of Jawaharlal Nehru University since November **2018**.

She has to her credit **35** solo exhibitions of paintings, **20** published books and **9** of her poetry books are translated in several languages. She has directed, scripted and shot **8** documentary films which are in the collection of Library of Congress, U.S.A.

A film, **Life Beyond Tax**, has been made about her life by Tax India.

She is a bilingual poet and has twelve anthologies of poems in Hindi and three in English to her credit.

Antas Se (**1988**), a collection of Hindi Poems

Nagfani Ke Jungle (**1991**), a collection of Hindi short stories.

Iss Paar Uss Paar (**1996**), a book of her hand-written Hindi poems and drawings.

Samudra Se Lautati Nadi (**1999**), a collection of Hindi Poems

Pratinaad (**2005**), a book of Hindi poems and drawings/ paintings.

Lekhak Ka Samay (**2006**), a compilation of interviews taken by her of eminent women writers.

Weaves Of Time (**2013**), a collection of English poems.
Sparsh Ke Gulmohar(**2015**), a collection of Hindi poems.
Ladakh: Knowing the Unknown (**2015**), a book of rare photographs with poetic narrative.
Ekam (**2017**), a book of English poems with photographs of Dal Lake in different moods.
Song of Silence (**2018**), a collection of poems in English.
Beparwah Ruh (**2018**), a collection of Hindi poems
Mussavir ka Khayal (**2018**), a book of her hand-written poems and drawings.
Roshani Ka Safar (**2019**), a book of her hand-written poems and paintings.
Lal Butti Ke Bachhe (**2019**), a collection of Hindi poems
Beej sirf Zamin Par Ugate Hain(**2019**), a collection of Hindi poems
Ek Khwab Aasma Hua Jata Hai(**2019**), a collection of Hindi poems.
Jammu: Shades of Time (**2019**), a book of photographs with narrative about the scenic beauty and culture of Jammu.
Kashmir: Spirit of Solace (**2019**), a book of photographs with narrative about the scenic beauty and culture of Kashmir.
Song of the Cosmos (**2018**), is her creative biography as an artist, poet and film maker.

Her books of poems are translated in many languages, Greek, Mandarin, English, German, Bangla, Dogri and Urdu.

Selected Participation

2020: Weaves of Time, Song of Silence, both books are translated and published in Mandarin.

2020: Poetry reading in Afsarana Adab, online Art, culture and Literature festival, Jashne Adab.

2020: Part of the anthology of poetry, Lamakaan, edited by Anand Khatri, Poiesis Society For Poetry, Delhi.

2020: Poetry reading at Jashn-e-Hind, IGNCA, Delhi.

2019: Participated in Grand 'mushaira' in Oshawa, Toronto, Canada.

2019: Part of the anthology of poetry, Kavita Paraspar, published by Vijaya Books.

2019: Poems published in the anthology of **39**th world Congress Of Poets, SETU a bilingual journal, Pittsburgh, USA, Destine Literare, North America.

Poems are regularly published in Literary Vibes, Bhubhneshwar. Poems were adjudged as highly commended poems for both October and November **2019** by Destiny Poets International Community of Poets (ICOP), Wakefield, U.K. Been adjudged as one of the Commended critics for December **2019**, by Destiny Poets International Community of Poets, (ICOP), Wakefield, U.K.

2019: National Academy Of Direct Taxes, Nagpur participating poet and Chief Guest at the closing ceremony of Literature Festival Anubhuti.

2019: Participated in **39**th World Congress of Poets held at Bhubneshwar, where three of her collection of poems were also launched.

2019: 'Arz Kia Hai' poetry reading at Prithvi Fine Arts and Cultural Centre, Delhi.

2019: Chief Guest and participating poet at **5**th Global Literary Festival, Noida.

2018: Poetry reading at Deccan Literature Festival, Pune.

2018: National Academy Of Direct Taxes, Nagpur participating poet and Chief Guest at the inaugural ceremony of Literature Festival Anubhuti.

2018: Poetry reading, Panelist at Valley Of Words Literature Festival, Dehradun.

2018: Mushayra Jashne Adab, Poetry festival, **2018**, Jamia Humdard, Delhi.

2018: Mushayra Jashne Adab, Poetry festival, **2018**, IGNCA, Delhi.

2017: Panel discussion, Jashne Adab, Poetry festival **2017** IGNCA, New Delhi,

2017: Khawateen Ka Mushaira, Jashne Adab, Poetry festival, IGNCA, Delhi and poetry reading in Art Gallery at CSOI, Delhi.

2017: Poetry reading organised by Sahitya Akademi, Delhi.

2017: Lekhak Se Rubaroo, Interviewed at **3**rd Global Literary Festival, Noida organized by ICMEI and Asian Academy Of Arts, Noida.

2017: Poetry reading at Kavi Sammelan-Mushaira organized by CSOI, Delhi.

2017: Inaugural address, poetry reading and panel discussion Anubhuti, a festival of art and literature at National Academy of Direct Taxes, Nagpur.

2017: Chief Editor of the In-house Magazine of Income Tax Department Delhi, Parikrama, Annual Issue. Layout and cover design of the magazine was also done by her.

2017: Pen and Brush, a session exploring the connection between colours and poetry organised by Oxford Book Store, Delhi.

2017: Poetry reading and panel discussion on film making at Kalinga Literature Festival, Bhubaneswar.

2017: Sparsh Ke Gulmohar, collection of Hindi poems translated in Dogri ,launched at Jammu University, Jammu.

2017: EKAM a book of English poems with photographs of Dal Lake, launched at Jaipur Literature Festival.

2016: Chief Editor of the In-house Magazine of Income Tax Department, J&K Aaykar Shikhar, Annual Issue. Layout and cover design of the magazine was also done by her.

2016: Weaves of Time, collection of poems translated in Greek, launched in Greece.

2015: Ladakh: Knowing The Unknown (a book of rare photographs published by Full Circle **2015**) launched at Jaipur Literature Festival. The book was also launched by SKETBE, Thessaloniki, Nehru Centre, London and Ramada Hotel, Belfast, Northern Ireland.

2015: Sparsh Ke Gulmohar (collection of Hindi poems), launched at Delhi Film Festival.

2014: Participated in the panel discussion, Creative Pursuits of Civil Servants at Delhi Literature Festival, IGNCA, New Delhi.

2013: Weaves Of Time, collection of poems launched by Dr. Shashi Tharoor and Sh. Keshav Malik at India Habitat Centre, Delhi.

2013: Participated in World Hindi Conference organized by Srijangatha.com held at Thailand, Cambodia and Vietnam.

2012: Invited and sponsored by the Indian Council of Cultural Relations, Delhi for a rendition of her poems on the closing ceremony of the **9**th World Hindi Conference held at Johannesburg, South Africa.

2012: Invited by the Indian Society Of Authors in Collaboration with India International Centre, Delhi to speak about her creative process and read poems at India International Centre for their ongoing series "Who am I".

2012: Assistant Chief Editor of the In-house Magazine of Income Tax Department, Delhi, Parikrama, annual issue. Layout and cover design of the magazine was also done by her.

2011: Co-Editor – Celebration Through Art, a book launched on the eve of **150** years celebration of The Income Tax Department.

2009: Visions & Illumination, a book of poems by Keshav Malik along with her paintings.
2008: Whole issue was wholly dedicated to her writings and paintings (Issue **19**, January - April **2008**) of the magazine Punashch, edited by Dinesh Dwivedi, published from Madhya Pradesh.
2006: Lekhak Ka Samay, compilation of interviews taken by her, published and launched by Rajkamal Prakashan.
2005: Pratinaad (Book of Poems & Paintings-published in Hindi, translated in English, German & Bangla)
1999: Samudra Se Lautati Nadi, a collection of Hindi poems with her Ink drawings.
1998: Iss Paar Uss Paar (Bangla translation)
1996: Iss Paar Uss Paar (Hindi Poems), launched in Kolkata and Delhi.
1996-**97**: Editor - Women's Sahyog, annual issues.
1991: Nagfani Ke Jungle (Collection of Short Stories), published by Atul Prakashan, Allahabad.
1988: Antas Se (Hindi Poems), her first book, foreword written by legendary Hindi Poet Mahadevi Verma, published by Sahitya Bhawan Limited, Allahabad.

Her Paintings and Drawings are on book covers of several eminent writers.
Widely travelled, lives and works in Delhi, India.

Studio A-1/232, Safdarjung Enclave,
New Delhi- 110029, India
sangeetaguptaart@gmail.com
artsangeetagupta.com

மொழிபெயர்ப்பாளரைப் பற்றி ...

முனைவர். பாரதி சீனிவாசன் சாஸ்த்ரா நிகர்நிலைப் பல்கலைக்கழகத்தில் ஆங்கிலத் துறையில் உதவிப் பேராசிரியராகப் பணியாற்றி வருகிறார். இவர் ஒரு கவிஞர், விமர்சகர் மற்றும் மொழிபெயர்ப்பாளர். இவருக்கு கவிதை மற்றும் புதினங்களை மொழிபெயர்ப்பதில் மிகுந்த ஆர்வம் உண்டு. ஏற்கனவே தனது ஆங்கிலக் கவிதைகளை தமிழில் மொழிபெயர்த்துள்ளார். அவற்றில் சில, கவிதைத் தொகுப்புகளிலும், முகநூலிலும் வெளியாகியுள்ளது. திரு.ஜெயந்தி எம். தலாலின் **ஆர்ட்டில் ஆப் இன்னசன்ஸ்** என்ற ஆங்கிலப் புதினத்தை **அறிந்தும் அறியாமலும்** என்ற தலைப்பில் மொழிபெயர்த்துள்ளார். இந்த மொழிபெயர்ப்பு நாவலே இவரது முதல் முயற்சியாகும்.

இவர் திரு. சுந்தர் ராஜன் அவர்களின் **ஏடேர்னல் ஆர்ட்** என்ற ஆங்கிலச் சிறுகதைத் தொகுப்பை **நித்தியக்கலை** என்ற தலைப்பில் மொழிபெயர்த்துள்ளார். இது அக்டோபர் 2018ல் வெளிவந்துள்ளது. மேலும் **ஸ்பய்ஸ்ஆப்லை:ப்**

என்னும்ஆங்கிலச் சிறுகதைத் தொகுப்பை தமிழில் வாழ்வின் சாரங்கள் என்ற தலைப்பில் மொழிபெயர்த்துள்ளார். இவர்முனைவர் கே வி டொமினிக்கின் **விங்குடு ரீசன்** என்னும் கவிதைத்தொகுப்பினை தமிழில் ஞானச் சிறகுகள் என்னும்தலைப்பில் மொழிபெயர்த்துள்ளார். ஜோர்டானியக் கவிஞர் நிசார் சர்தாவியின் **மை ஷாடோ** என்ற கவிதைத் தொகுப்பினை **என்** நிழல்என்னும் தலைப்பில் தமிழில் மொழி பெயர்த்துள்ளார். இந்த இரண்டு கவிதைத் தொகுப்புகளும் 2019 ல் வெளியிடப்பட்டது.அதுமட்டுமின்றி இவரது கவிதைகள் பல சர்வதேச கவிதைத் தொகுப்புகளிலும் இடம்பெற்றுள்ளது. இவரது கவிதைகளை, **போயட்டிக் ப்ரிசம்** என்ற சர்வதேச பன்மொழிக் கவிதைத் தொகுப்பில் ஆங்கிலம், தமிழ் மற்றும் ஸ்பானிஷ் மொழிகளிலும் வெளிவந்துள்ளது.

About the Translator

Dr. Barathi Srinivasan is a poet, translator and an Assistant Professor of English at Srinivasa Ramanujan Centre, SASTRA Deemed University, Kumbakonam. She has to her credit numerous research papers published in International refereed journals. She is keen at translating poems, short stories and novels. She has already published her translated poems in various anthologies and on Facebook. She has translated Mr Jayanti M Dalal's English Novel Ordeal of Innocence in Tamil titled Arindum Aiyamalum, which is her first endeavor in translation. She has translated Mr. Sundar Rajan's short story collections Eternal Art in Tamil titled Nithiyak kalai, published in

October 2018. and Spice of Life in Tamil titled *Vazhvin Saarangal*, published in 2019. Besides, she has also translated Dr K. V. Dominic's poetry anthology *Winged Reason* as *Gyanach Chiragugal* in 2019. She has contributed poems to *Poetic Prism*, an International Multilingual Anthology of Poetry in English, Tamil, Spanish and Nepalese.

www.ingramcontent.com/pod-product-compliance
Lightning Source LLC
LaVergne TN
LVHW010525200726

843506LV00013B/2707